சொல்ல மறந்த தமிழர் வரலாறு

சொல்ல மறந்த தமிழர் வரலாறு

உலக நாகரிகங்களில் தமிழர் அடையாளங்கள்

முனைவர் கீரைத்தமிழன்

பாரதி புத்தகாலயம்

Solla Marantha Thamizhar Varalaru (in Tamil)

Keeraithtamilan

First Published: December, 2019 | Second Print : February, 2021

Published by

BHARATHI PUTHAKALAYAM

7, Elango Salai, Teynampet, Chennai - 600 018

Email: bharathiputhakalaym@gmail.com / www.thamizhbooks.com

சொல்ல மறந்த தமிழர் வரலாறு

கீரைத்தமிழன்

முதல் பதிப்பு : டிசம்பர், 2019 | இரண்டாம் அச்சு: பிப்ரவரி, 2021

வெளியீடு:

7, இளங்கோ சாலை, தேனாம்பேட்டை, சென்னை - 600 018

தொலைபேசி : 044-24332424, 24332924, 24356935

விற்பனை நிலையங்கள்

மதுரை: 37A, பெரியார் பேருந்து நிலையம் - 045 22324674
ஈரோடு: 39: 39 ஸ்டேட் பாங்க் சாலை - 9245448353
திண்டுக்கல்: பேருந்து நிலையம் - 9942331105, 9976053719
பழனி: பேருந்து நிலையம் அருகில் - 9442883696
திருப்பூர்: 447, அவினாசி சாலை - 9486105018
சேலம்: பாலம் 35, அத்வைத ஆஸ்ரமம் சாலை 0427 2335952
திருவல்லிக்கேணி: 48, தேரடி தெரு - 9444428358
வடபழனி: பேருந்து நிலையம் எதிரில் அடையார்
ஆனந்தபவன் மாடியில் - 9444476967
பெரம்பூர்: 52, கூக்ஸ் ரோடு - 9444373716
திருவாரூர்: 35, நேதாஜி சாலை - 9442540543
சேலம்: 15, வித்யாலயா சாலை சாலை
திருநெல்வேலி: 25A, ராஜேந்திரநகர் - 9442149981
அருப்புக்கோட்டை: 31, அகமுடையார் மஹால் - 9994173551
மதுரை: சர்வோதயா மெயின்ரோடு
குன்னூர்: N.K.N வணிக வளாகம் பெட்போர்ட்
செங்கல்பட்டு: 1 D ஜி.எஸ்.டி சாலை - 044 27426964
விருதுநகர்: 131, கச்சேரி சாலை - 0456 2245300
கும்பகோணம்: 352, ரயில் நிலையம் எதிரில் - 9443995061
வேலூர்: பேஸ் III, சத்துவாச்சாரி - 9442553893
நெய்வேலி: பேருந்து நிலையம் அருகில், - 9443659147
தஞ்சாவூர்: காந்திஜி வணிக வளாகம் காந்திஜி சாலை - 9655542400
கோவை: 77, மசக்காளிபாளையம் ரோடு, பீளமேடு - 8903707294
திருச்சி: வெண்மணி இல்லம், கரூர் புறவழிச்சாலை - 9994289492
திருவண்ணாமலை: முத்தம்மாள் நகர்
நாகர்கோவில்: 699 கே.பி.ரோடு R.V.புரம் - 9443450111
சிதம்பரம்: 22A / 18B தேரடி கடைத் தெரு,
கீழவீதி அருகில் - 9994399347
கரூர்: நாரத கானசபா அருகில் (TNGEA OFFICE)- 9442706676
காரைக்குடி : 12, 2 வது தெரு, கம்பன் மணிமண்டபம் பின்புறம் - 9443406150
பாண்டிச்சேரி : கிழக்கு கடற்கரைச் சாலை, இலாசுப்பேட்டை, 9486102777
அருப்புப்கோட்டை : கதவுஎண் 49A/4 ஐம்பதூர் தேவாங்கர் உறவின் முறை கட்டிடம் முதல் தளம்

நினைத்த நூல்கள்... நினைத்த நேரத்தில்...

thamizhbooks.com 8778073949

அச்சு : பிரிண்டெக், சென்னை - 600 005.

அணிந்துரை

கீரைத்தமிழன் அவர்கள் ஆழ்ந்த சிந்தனையோடும், பழமை பற்றிய உணர்வோடும், வரலாற்று ஞானத்தோடும் இந்நூலினை ஆக்கியுள்ளார். தமிழினத்தின் அடிவேர் எங்குள்ளது என்பதைக் கண்டறிய; ஆய்வாளர்களின் கருத்துகளோடு தன் கருத்துக்களையும் இணைத்து எளிய தமிழில் வெளிப்படுத்த எடுத்த முயற்சியின் விளைவாக இச்சிறிய நூல் உருவாகியுள்ளது. இம்முயற்சி பாராட்டுதலுக்குரியது என்பதை முதலில் பதிவு செய்கிறேன்.

தமிழினம் எல்லா இனங்களுக்கும் முன் தோன்றிய மூத்த குடி என்ற கருத்தையும், தமிழ் மொழி எங்ஙனம் உலகெங்கும் சென்று பெருந்தாக்கத்தை ஏற்படுத்தியுள்ளது என்ற கருத்தையும், பல்வேறு நாகரிகங்களில் காணப்படும் சொற்களைத் தமிழோடு ஒப்பிட்டு ஆராய்ந்து தனது கருத்துக்களை இந்நூலில் தெரிவிக்கிறார். தமிழ்ச் சமுதாயத்தின் நீண்ட நெடிய பாரம்பரியத்தையும் பழமையையும் பறைசாற்றும் கூறுகள் சுமேரிய நாகரிகத்தில் காணப்படுகின்றன என்பதற்கு மேலை மற்றும் கீழை நாட்டு வரலாற்று அறிஞர்கள் தங்கள் ஆய்வுகளில் குறிப்பிட்டுள்ளதைத் தெளிவாக இந்நூலில் விளக்கியுள்ளார். சுமேரிய நாகரிகத்தைத் தொல் திராவிட நாகரிகம் என்று கூறுவதற்குக் காரணம் இந்நாகரிகம் திராவிட மொழிக் கூறுகளையும் தமிழர்களின் பண்பாடுகளையும் கொண்டுள்ளது என்ற வரலாற்று ஆசிரியர்களின் கருத்தை எடுத்துக் காட்டியும் தமிழ் இலக்கியங்களில் காணப்படும் கருத்துப் பதிவுகளை மேற்கோள் காட்டியும் உறுதிப்படுத்த முனைகிறார்.

மாயன்கள் செய்த மாயங்கள் என்ற தலைப்பிலான கட்டுரையில் மாயன் நாகரிகத்திற்கும் தமிழ்ப் பண்பாட்டிற்கும் உள்ள தொடர்புகளை ஆராய்ந்து மாயன் நாகரிகத்தில் குறிப்பிடப்பட்டுள்ள தெய்வங்களுக்கும் தமிழ் மற்றும் ஆசிவக தெய்வங்களுக்கும் உள்ள ஒற்றுமைகளை விவரிக்கிறார். மாயன் நாகரிகத்தில் உபயோகப்படுத்தப்பட்ட ஏராளமான சொற்களைத் தமிழ்ச் சொற்களோடு ஒப்பீடு செய்துள்ளார்.

இந்த மேம்பட்ட மாயன் நாகரிகத்தின் அனைத்துச் சிறப்புகளும் மேன்மைகளும் அழிக்கப்பட்ட காலம் 1562 சூலைத் திங்கள் என்று குறிப்பிடுகிறார்.

கிரேக்கமும் பாண்டியரும் என்ற கட்டுரையில் கிரேக்க மற்றும் தமிழ் நாகரிகங்களுக்கிடையேயுள்ள ஒற்றுமைகளை ஒப்பு நோக்கி விரிவாக விவரிக்கிறார். பாண்டிய மன்னர்களும் கிரேக்க மன்னர்களும் சிறந்த கடலோடிகள் என்றும் மீனை அரசு அடையாளமாகக் கொண்டிருந்தனர் என்றும் குறிப்பிடுகிறார். மீனோன் மற்றும் எரிச்சிதோனியஸ் போன்ற கிரேக்க வார்த்தைகள் தமிழ் மொழியைச் சார்ந்தவை என்றும் இந்நூலில் குறிப்பிடுகிறார்.

மரபுசார் பண்பாட்டைக் காப்பாற்ற இக்காலத் தமிழின இளைஞர்கள் நடத்திய ஏறுதழுவல் அறப்போரைக் குறிப்பிட்டு பசுவையும் மாட்டையும் செல்வமாகக் கருதும் ஒரே இனம் தமிழினம் என்கிறார். காளைகளைக் தமிழர்கள் கொண்டாட மற்ற நாடுகளில் வதைத்துக் கொல்வதைப் போல் இங்கு அவற்றைக் கொல்வதில்லை என்பது நோக்கத் தக்கது என்கிறார்.

கொடுமணல், கொற்கை, புகார், அரிக்கமேடு போன்ற இடங்களில் தொல்லியல் ஆய்வுகளைத் தொய்வில்லாமல் முறையாக மேற்கொண்டு தமிழினத்தின் தொன்மையையும் சிறப்பையும் வெளி உலகத்திற்குத் தெரியப்படுத்த வேண்டும் என்ற தனது ஆவலை இந்நூலின் மூலம் வெளிப்படுத்துகிறார்.

இத்தகு ஆராய்ச்சி நூலைப் படைத்த முனைவர் கீரைத்தமிழன் அவர்களுக்கு என் வாழ்த்துக்களைத் தெரிவித்துக் கொள்கிறேன்.

நா. இராஜேந்திரன்

துணைவேந்தர்,
அழகப்பா பல்கலைக்கழகம், காரைக்குடி

என்னுரை

ஏன் இந்த நூல்? இந்நூலில் அப்படி என்ன இருக்கிறது? இன்னும் தமிழில் அப்படி என்னதான் இருந்துவிடப் போகிறது? என்பன போன்ற கேள்விகள் பலருக்கும் எழாமலிருக்க வாய்ப்பில்லை! தமிழ், தமிழர் என்று பேச முனைகிற போதெல்லாம்; அதன் பழமை, தொன்மை, வரலாற்று நீட்சி, பண்பாட்டுப் பெருமை போன்றவற்றின் மீதான நமது கற்பிதங்களும், பெருமிதங்களும் சரியா? அல்லது மிகையா? என்கிற கேள்விகள் என்னுள்ளும் பல்வேறு ஐயங்களை எழுப்பிக்கொண்டே இருந்தன. ``கல்தோன்றி மண்தோன்றாக் காலத்தே முன் தோன்றிய மூத்த தமிழ்`` என்று சொல்லும் போதே என்ன பேதைமைத்தனம்? என்று என்னையே சற்று கடிந்து கொண்டு கடந்து போன நாட்கள் பல உண்டு! உலகில் பல நாகரிகங்கள் வாழ்ந்து மறைந்திருப்பது போலவே தமிழர் நாகரிகமும் பழைமையானதுதான் என்றாலும் எத்தகைய பழமையானது என்பதிலே எனக்குள் அவ்வப்போது கேள்விகள் எழுந்து கொண்டே இருந்தன.

இந்த கேள்விகள் எழுப்பிய உந்துதல் என்னை புதிய ஆய்வுலகிற்கு அழைத்துச் சென்றது. நுழைவின் தொடக்கமே என்னை வியப்பின் எல்லைக்கே அழைத்துச் சென்றது. ஐரோப்பிய பயணம் மேற்கொண்ட விவேகானந்தர் தாம் கண்டறிந்த செய்திகளையும், அனுபவங்களையும் `memoirs of European travels` என்னும் பெயரில் நூலாக்கியுள்ளார். இந்நூலில் இவர் குறிப்பிட்டுள்ள செய்திகளே என்னை வியப்பில் ஆழ்த்திய செய்தியாகும். அந்த செய்தியை விரல் பிடித்துக் கொண்டு என் ஆய்வுப் பயணத்தை தொடங்கினேன். உலக நாகரிகங்கள் பலவற்றை ஆராயத் தொடங்கினேன். சுமேரிய, கிரேக்க, எகிப்திய, மாயன் நாகரிகங்களில் எண்ணற்ற அரிய செய்திகள் சிக்கின. அச்செய்திகளின் சிறிய தொகுப்பே இந்நூல்.

இன்றைக்கு கீழடி நாகரிகம் தமிழர் மத்தியில் பெரும் எதிர்பார்ப்பையும், விவாதத்தையும் ஏற்படுத்தியுள்ளதும் இங்கு கிடைக்கப் பெற்றுள்ள சான்றுகளின் வழி தமிழர்

நாகரிகம் குறித்தான காலத்தையும், வரலாற்றையும் தீர்மானிக்க முயல்கிறோம் என்பது வரவேற்க வேண்டியதே! அதே நேரத்தில் உலக நாகரிகங்கள் பலவற்றிலும் தமிழ், தமிழர் குறித்தான வரலாற்றுச் செய்திகள் கவனிப்பாரற்றுக் கிடக்கின்றன. குறிப்பாக உலகின் மிக மூத்த நாகரிகம் சுமேரியர் நாகரிகமாகும். இந்நாகரிகத்தின் காலம் கி.மு.3500 ஆண்டளவாகும். வரலாற்று ஆய்வாளர்களால் முழுதும் வாசித்தறியப்பட்ட நாகரிகமாகும். பென்சில்வேனியா பல்கலைகழக வரலாற்றுத் துறை இந்நாகரிகத்தின் ஆப்பு வடிவ எழுத்துகளை வாசித்தறிந்து ePSD எனும் அகராதியொன்றை தயாரித்துள்ளது இவ்வகராதியில் ஊர்ப்பெயர்களும், உறவுப்பெயர்களும் தமிழ் மொழிப் பெயர்களாக இருப்பதை நீங்களே அறியலாம். சான்றாக அப்பா, அம்மா, அய்யா, ஆயா, அம்மாயி, அய்யய்யா, மாமா, மருமகன் போன்ற உறவுச் சொற்களும், ஊர், ஊருக், மாரி, நிப்பூர், அசூர், எரிடு, சூரப்பாக்கம், ஈழம் என்று பல ஊர்ப்பெயர்களும் வாசித்தறியப்பட்டுள்ளன.

விவேகானந்தர் குறிப்பிட்டுள்ளது போல் சுமர் நாகரிக வரலாறே இசுரவேலர் வழியாக விவிலியத்தின் ஆதியாகமச் செய்திகளுக்கு அடிப்படையாகச் சென்றிருப்பதை அறிய முடிகிறது. இதே போல் ஏனைய நாகரிகங்களிலும் தமிழர் அடையாளங்கள் குவிந்து கிடப்பதையும் அறிய முடிகிறது. இந்நாகரிகங்களை ஆய்வு செய்திடும் வரலாற்று அறிஞர் பலரும் தமிழரோடு தொடர்பற்ற ஐரோப்பியராகவும், வேற்றினத்தாராகவும் இருப்பதால் இந்நாகரிகங்கள் பற்றிய உண்மைச் செய்திகளை உலகிற்கு வெளிப்படுத்த இயலவில்லை. அறியப்படாத நாகரிகங்கள் என்றே வரலாற்று ஆய்வாளர்கள் முடிபு செய்கின்றனர். அல்லது சிறிதும் தொடர்பற்ற வேற்று நாகரிகத்தோடு தொடர்புபடுத்தி ஆவணப்படுத்தும் முயற்சியும் நடைபெற்று வருகிறது. இந்நிலையில் தமிழர் நாகரிகத்தோடும் வரலாற்றோடும், மொழியோடும், பண்பாட்டோடும் தொடர்புடைய உலக நாகரிகங்கள் பலவற்றை நாம் ஆய்வு செய்ய முன்றால் பல வரலாற்று உண்மைகளை உலகிற்கு உணர்த்தலாம். இம்முயற்சியில் உலக நாகரிகங்களுக்கும், தமிழர் வாழ்வியலுக்கும் இடையில் உள்ள தொடர்பைத் தமிழ் மொழியின் துணையோடும், தமிழர் பண்பாட்டோடும், வரலாற்றோடும் இணைத்து அறிவியல் பார்வையோடு ஆய்வு செய்ய முயற்சித்துள்ளேன். நம் முன்னோர் பற்றி

நாமே அறிந்திராத பல வரலாற்றுச் செய்திகளை இந்நூலில் வெளிப்படுத்த முனைந்துள்ளேன்.

இப்பாதையில் இந்நூல் சிறிய முயற்சி. முடிவில்லா நீண்ட கோட்டிற்கு தொடக்கப் புள்ளி. அவ்வளவே. ஆனால் இம்முயற்சியை நாம் கூட்டு முயற்சியாகவும், தொடர் முயற்சியாகவும் மேற்கொண்டால் உலகில் தமிழ்ச் சமூகத்திற்கான அடையாளத்தை நம்மால் மீட்டெடுக்க முடியும். விஞ்ஞானம் விரல் நுனியில் தரவுகளைத் கொட்டித் தரும் போது அவைகளைத் திரட்டி ஆய்வை மேற்கொண்டால் உலகில் நமக்கான இடத்தைப் பெற முடியும். இம்முயற்சிக்குத் தமிழக அரசும், தமிழகத் தொல்லியல் துறையும் துணையளிக்க முன்வர வேண்டும். அந்நாள் மலர்ந்திட நாமும் முயல வேண்டும். மேலும் இவ்வாய்வு வெளிவர முழு முதற் காரணமாக இருந்த நண்பர் நந்தவனம் சந்திரசேகர் அவர்களுக்கு என் முதல் நன்றி. ஆய்வின் ஊடே அவ்வப்போது வாசிப்பாளராய் வந்து சென்று நிறை குறை தந்த என் அன்பு மகன் ஜோவிற்கும், துணை நின்ற குடும்ப உறவுகள், நண்பர்கள் அனைவருக்கும் அடுத்த நன்றிகள்.

தமிழ் கூறும் நல்லுலகின் கரங்களில் இந்நூல் தவழ்ந்திட உதவிய தோழர் நாகராஜ் அவர்களுக்கும், என்னைத் தமிழ்ச் செய்யுமாறு ஆக்கியதோடு இந்நூல் ஆக்கம் பெற உதவிய தோழர் முத்து நிலவன் அவர்களுக்கும், எப்போதும் என்னைத் தன்னருகில் வைத்து வளர்த்தெடுக்கும் தோழர் நந்தலாலா அவர்களுக்கும், அணுகும் போதெல்லாம் அன்புடன் வழிகாட்டும் தோழர் தமிழ்ச்செல்வன் அவர்களுக்கும், சு. வெங்கடேசன் (பாராளுமன்ற உறுப்பினர்) அவர்களுக்கும், ஆதவன் தீட்சண்யா அவர்களுக்கும், என் வளர்ச்சிக்கு வாய்ப்பளித்து நிற்கும் த.மு.எ.க.ச நண்பர்களுக்கும் என் இனிய நன்றிகள். அரிதான செய்திகள் பரவலாகக் கொண்டு சேர்க்க வேண்டும் என்று விரும்பினோம், விரும்பிய வண்ணம் நூலாக்கித் தந்த பாரதி புத்தகலாயத்திற்கும், ஆய்வு தொடர நூற்கள் தந்து உதவிய நூலகங்கள் பலவற்றுக்கும் என் நெஞ்சம் நிறைந்த அன்பின் நன்றிகள்.

என்றும் நட்புடன்

முனைவர் கீரைத்தமிழன்

உள்ளே...

புகு முன்

முன்னொரு காலத்தில் என்று எந்தக் கதைகளைச் சொல்வதனாலும், வரலாற்றைச் சொல்வதனாலும் இப்படித்தான் ஆரம்பிப்போம். காலங்கள் எத்தனைக் கடந்து போனாலும், அதுவே கதைகளாய் மாறிப் போனாலும் அவற்றினூடே வரலாற்றைத் தேடுவது சிரமந்தான். ஆனாலும் அது இயலாததல்ல! தமிழர்களின் வரலாற்றைத் தேடும் இந்தப் பயணம் நமக்குப் பல புதிய அனுபவங்களையும், அனுமானங்களையும் தரும் என்பதில் ஆச்சரியம் இருக்கப்போவதில்லை!

பூமியின் தோற்றம் குறித்து உலகெங்கும் நிறைய கதைகள் சொல்லப்படுகின்றன. நாம் எல்லோரும் அறிந்திருக்கிற விவிலியக் கதைகள் தவிர்த்து எகிப்திய, மெசொபெடொமிய, கிரீக், இந்திய, சப்பான், சீனக் கதைகள் என்று நாகரிகந்தோறும் பல்வேறு கதைகள் சொல்லப்பட்டு வருகின்றன. இன்று பிள்ளைகள் படிப்பில் முட்டை வாங்கினால் வருத்தப்படுகிறோம். ஆனால் இக்கதைகளில் பெரும்பாலும் முட்டைதான் உலகத் தோற்றுவாயின் மூலமாக இருந்ததென்று நம்பப்படுவதை நாம் தெரிந்துகொண்டால்..., இனியாவது பிள்ளைகளைக் கோபித்துக் கொள்ளமாட்டோம்.

மற்ற கதைகளைக் காட்டிலும் சீனத் தேசத்துப் 'பான் கு' கதைக்குத்தான் சுவாராசியம் அதிகம். முன்னொரு காலத்தில் அண்டவெளியில் இருந்து திடீரென்று ஒரு முட்டை வெளிவந்ததாம். பொரித்த அந்த முட்டையின் மேல் ஓடு

ஆகாயத்தைத் தொட்டுக் கொண்டும். கீழ் ஓடு தரையைத் தொட்டுக் கொண்டும் நிற்க அவற்றில் இருந்து 'பான் கு' என்பவன் வெளிவந்தானாம். சிறிது சிறிதாக வளர ஆரம்பித்த 'பான் கு' தொடர்ந்து 18,000 ஆண்டுகள் வரை வளர்ந்து வந்தானாம். தொட வேண்டிய உயரத்திற்கு வளர்ந்து முடித்த பான் கு; ஒருநாள் திடீரென்று கீழே விழ அன்றுதான் புது உலகிற்கான அடிக்கல் நாட்டும் விழாவும் நிகழ்ந்ததாம்!

கீழே விழுந்த பான்கு சிறிய சிறிய துண்டுகளாய்ச் சிதறிப் போக சிதறிய அவனது கால்கள்தான் பூமியில் மலைகளாக மாறியதாம்! அவனது இரத்தமே ஆறாகவும், அவனது மூச்சே காற்றாகவும், அவனது குரலே இடியாகவும், அவனது கேசமே மேகங்களாகவும் மாற அவனது இரு கண்களில் ஒன்று சூரியனாகவும் மற்றொன்று சந்திரனாகவும் மாறி வளர ஆரம்பித்ததாம்.

கடைசியில் சிதறிய அவனது உடலில் இருந்து மனிதர்கள் தோன்றி மனிதக் குலத்தைப் பெருக்கினார்கள் என்பதே இக்கதையின் உச்சபட்ச சுவாரசியம். இப்படிப் பல்லாயிரம் ஆண்டுகளாய் சொல்லப்பட்டு வரும் இதுபோன்ற தொன்மக் கதைகள்தான் மனிதகுலத் தோற்றத்தின் முதற் பதிவுகளாய் இன்றளவும் பார்க்கப்படுகின்றன.

தொடக்கத்தில் கடவுள் விண்ணுலகையும், மண்ணுலகையும் படைத்த பொழுது, மண்ணுலகு உருவற்று வெறுமையாக இருந்தது. ஆழத்தின் மீது இருள் பரவியிருந்தது. நீர்த்திரளின் மேல் கடவுளின் ஆவி அசைந்தாடிக் கொண்டிருந்தது. அப்பொழுது கடவுள், "ஒளிதோன்றுக" என்றார் ஒளி தோன்றிற்று என்று கடவுள் உலகைப் படைத்ததாக விவிலியக் கதை தொடங்குகிறது. மேலும் ஆறாம் நாள், கால் நடைகள், ஊர்வன, காட்டு விலங்குகள் ஆகியவற்றைத் தோற்றுவித்தக் கடவுள், ''மானிடரை நம் உருவிலும், நம் சாயலிலும் உண்டாக்குவோம். அவர்கள் கடல் மீன்களையும், வானத்துப் பறவைகளையும், கால்நடைகளையும், மண்ணுலகு முழுவதையும், நிலத்தில் ஊர்வன யாவற்றையும் ஆளட்டும்" என்றார். அதன்படி கடவுள் தம் உருவில் மானிடரைப் படைத்தார். கடவுளின் உருவிலேயே அவர்களைப் படைத்தார். ஆணும் பெண்ணுமாக அவர்களைப்

படைத்தார் என்று உலகப் படைப்பு குறித்து விவிலியக் கதை விவரிக்கிறது.

ஆனால் இப்பிரபஞ்சத் தோற்றத்தையும், உயிரினத் தோற்றத்தையும் அவற்றுள் மாந்தரினத் தோற்றத்தையும் பற்றிய அறிவியல் அடிப்படையிலான ஆய்வுகளும், கோட்பாடுகளும் வேறு மாதிரியாய்ச் சொல்கின்றன. கொரில்லாக் குரங்கிலிருந்து தோற்றம் பெற்ற மனிதன் சுமார் நான்கு இலட்சம் ஆண்டுகளுக்கு முன்னர் வாழ்ந்த நியாண்டர்தால் மனிதர்கள் மூலம் தம் பயணத்தைத் தொடங்கியுள்ளான்.

இந்த நியாண்டர்தால் மனிதர்களை, ‘மனித குலத்தின் முன்னோடிகள்’ என்று இன்றைக்குப் பல ஆய்வுகளும் சான்றுகளும் மெய்ப்பிக்கின்றன. பழங்கற்காலத்தில் தொடங்கி; இடைக் கற்காலத்தில் பயணித்து புதிய கற்காலம் வரை பல்லாயிரம் ஆண்டுகள் பயணித்த மனிதர் குலம் படிப்படியாக நாகரிகம் விதைத்து உலகெங்கும் பரவி வாழத் தலைப்பட்டுள்ளனர்.

இங்ஙனம் உலகெங்கும் பரவி வாழ்ந்த நாகரிகங்களுள் மிக முக்கியமான பத்து நாகரிகங்கள் குறிப்பிடத்தக்கதாகும். வட அமெரிக்காவில் விளங்கிய இன்காஸ் நாகரிகம் காலத்தால் பிந்தையதோடு நாகரிகங்களின் வரிசையில் பத்தாவது இடத்தில் வைக்கப்பட்டுள்ளது.

தொடர்ந்து கீழிறங்கு வரிசையில் தென் அமெரிக்காவில் கி.மு. 1300களில் சிறந்து விளங்கிய அஸ்டெக்ஸ் நாகரிகமும்; கி.மு 6ஆம் நூற்றாண்டளவில் ரோம நாகரிகமும்; அதே காலக்கட்டத்தில் எகிப்திலும், கிரேக்கத்திலும் பெர்சியன் நாகரிகமும்; கி.மு.2700 முதல் கி.மு.1500 வரை பழைய கிரேக்க நாகரிகமும்; கி.மு. 2700களில் சீனாவின் மஞ்சள் ஆற்றங்கரையில் தொடங்கிய சீன நாகரிகமும்; அமெரிக்காவின் மத்தியப் பகுதிகளில் கி.மு.2600களில் தொடங்கிய மயன் நாகரிகமும்; எகிப்தின் நைல் நதி ஆற்றங்கரையில் கி.மு.3150களில் தொடங்கிய பழைய எகிப்திய நாகரிகமும்; இந்தியாவின் சிந்து நதிக்கரையில் கி.மு.3500களில் விளங்கிய சிந்துவெளி நாகரிகமும்; யூப்ரடிஸ் டைகிரிஸ் நதிக்கரையில் கி.மு.3300 முதல் கி.மு 750வரை திகழ்ந்த சுமேரிய நாகரிகமும் குறிப்பிடத்தக்கனவாகும்.

இவற்றுள் சிந்துவெளி, சுமேரிய, எகிப்திய நாகரிகங்களைத்தான், 'உலக நாகரிகத்தின் தொட்டில்கள்' என்பர். மேலும், சிந்துவெளி நாகரிகத்தைத் திராவிட நாகரிகம் என்று உலகத் தொல்லியல் ஆய்வாளர்கள் நிறுவியுள்ளதன் மூலம் பழந்தமிழர்களின் தொன்மமும், பழமையும் வரலாறும் உலகறிந்த உண்மையாகியுள்ளது.

இந்நிலையில் இந்தியத் தேசத்தின் ஆன்மிக அடையாளமாய்த் திகழும் தத்துவ ஞானி சுவாமி விவேகானந்தர் அவர்கள் தமிழர்களைப் பற்றி தனது, 'Memories of European Travels' எனும் நூலில் கூறியுள்ள செய்தி குறிப்பிடத்தக்கதாகும்.

"சென்னை மாகாணத்திலிருந்த தமிழ் இனத்தவரே யூபிரட்டீசு நதி சென்று சுமேரியா நாகரிகத்தை உருவாக்கிப் பிறகு அசிரியா, பாபிலோனிய நாகரிகங்களை உருவாக்கினர். அவர்கள் கண்ட வானியல் போன்றவையே தொன்மங்களாகி, அத்தொன்மங்களே பைபிள் உருவாக மூலமானது. மேலும், மலபார் பகுதியில் இருந்த ஒரு தமிழ்ப் பிரிவினரே எகிப்திய நாகரிகத்தை உருவாக்கினர்" என்ற சுவாமி விவேகானந்தரின் கூற்று ஆராயத்தக்கதாகும்.

இக்கூற்றுக்கிணங்க தொல்தமிழர்களின் வரலாற்றையும், பண்பாட்டையும், நாகரிகச் சிறப்பையும் கிடைக்கப்பெற்ற பல்வேறு சான்றாதாரங்களின் அடிப்படையில் ஆய்வு செய்து உலகிற்கு உண்மையை வெளிப்படுத்துவதே இந்நூலின் நோக்கமாகும்.

The Madras Presidency is the habitat of that Tamil race whose civilisation was the most ancient, and a branch of whom, called the Sumerians, spread a vast civilisation on the banks of the Euphrates in very ancient times; whose astrology, religious lore, morals, rites, etc., furnished the foundation for the Assyrian and Babylonian civilisations; and whose mythology was the source of the Christian Bible. Another branch of these Tamils spread from the Malabar coast and gave rise to the wonderful Egyptian civilisation, and the Aryans also are indebted to this race in many respects. Their colossal temples in the South proclaim the triumph of the Veera Shaiva and Veera Vaishnava sects. The great Vaishnava religion of India has also sprung from a Tamil Pariah — Shathakopa — "who was a dealer in winnowing-fans but was a Yogin all the while". And the Tamil Alwars or devotees still command the respect of the whole Vaishnava sect. Even now the study of the Dvaita, Vishishtadvaita and Advaita systems of Vedanta is cultivated more in South India than anywhere else. Even now the thirst for religion is stronger here than in any other place

- *'memoirs of European travels' swamy vivekanandar*

2

சோழரா...? சுமேரியரா...?

உலக நாகரிகங்களுள் சுமேரியர் நாகரிகத்திற்கென்று தனிச் சிறப்பும், பெருமையும் எப்போதும் உண்டு. இந்நாகரிகத்தை 'உலக நாகரிகங்களின் தொட்டில்' என்றும் வழங்குகின்றனர். இன்றைக்குப் போர் முகங்களோடும், பூசல்களோடும் அல்லாடி அமைதியற்று விளங்கும் ஈராக் தேசம் ஒருகாலத்தில் செல்வத்திலும், வளத்திலும், வணிகத்திலும், நாகரிகத்திலும், முன்னணியில் திகழ்ந்துள்ளது. ஈராக்கின் வளம் நிறைந்த யூப்ரடிஸ் டைகிரிஸ் நதிக்கரைகளுக்கு இடைப்பட்ட பகுதிகளே மெசபட்டோமியா ஆகும்.

இப்பகுதியில் கி.மு.3500 ஆண்டுகளுக்கு முன் தோன்றிய நாகரிகமே சுமேரியர் நாகரிகமாகும். பல ஆயிரம் ஆண்டுகள் நீடித்த இந்நாகரிகம் கி.மு. ஐந்தாம் நூற்றாண்டளவில் முற்றுப் பெற்றது. சிறப்பு வாய்ந்த இந்நாகரிகத்தை, 'தொல் திராவிட நாகரிகம்' என்று அறிஞர்கள் பலரும் குறிப்பிட்டுள்ளனர். இந்நாகரிகம் திராவிடமொழிக் கூறுகளையும், தமிழர்களின் அடையாளங்களையும் பெருமளவில் கொண்டிருக்கிற நாகரிகமாகும்.

இந்நாகரிகத்தின் மிக முக்கிய நகரங்களின் பெயர்கள் பல தமிழ்ப் பெயர்களாகவும் தமிழர் அடையாளமாகவும் இருப்பதைக் காணும்போது நமக்கு வியப்பே ஏற்படுகிறது. 'சுமர்' என்ற சொல் 'சோழர்' என்பதன் திரிபே என்கின்றனர்

ஆய்வாளர்கள். சோழ நாட்டினின்றும் சென்று தைகிராஸ், யூபிராதஸ் ஆற்றின் வடபால் குடியேறிய மக்கள் தம் நாட்டுக்குச் சால்தியா எனப் பெயரிட்டார்கள் என்றும், அப்பெயர் சோழதேசம் என்பதன் திரிபாகும் என்றும் ஏ.சி. தாஸ் என்பார் தமது இருக்கு வேத இந்தியா என்னும் நூலில் நன்கு விளக்கிக் கூறுகிறார்.

மேலும் சுமேரியாவுக்கு வடக்கே குடியேறி வாழ்ந்த தமிழர் அக்கத்தியர் (Accadians) எனப்பட்டனர். இச்சொல், 'ஒருபோது அந்தப் பக்கத்தில் குடியேறியுள்ளவர்கள்' என்னும் பொருளில் (அப் பக்கத்தார்) வழங்கியிருக்கலாம். பின்னர் அவ்விடங்களில் சோழநாட்டினின்றும் வெளிப் போந்த ஒரு கூட்டத்தினர் சென்று தங்கி வாழ்ந்தனர். அவர்கள் அந்நாட்டுக்குச் சோழதேசம் எனப் பெயரிட்டனர். சோழதேசம் என்பதே கல்தேயா (Chaldia) எனத் திரிந்து பிற்காலத்து வழங்குவதாயிற்று. கல்தேயாவின் தலைநகர் ஊர். ஒரு காலத்தில் கல்தேயா, சுமேரியா என்னும் இருநாடுகளும், ஒருங்கே இணைக்கப்பட்டுப் பாபிலோனியா என்னும் பெயர் பெற்றன. பாபிலோன் நாடு, இந்திய மக்களால், 'பவேரு' எனப்பட்டது. இந்திய வணிகர் பவேருவுக்குக் கடல்வழியாகச் சென்ற வரலாறுகள், 'பவேரு சாதகம்' (கி.மு.500) என்னும் புத்த நூலிற் காணப்படுகின்றது என்று சுமேரியர்களை சோழர்கள் என்று விளக்கம் தருகின்றனர் வரலாற்று ஆய்வாளர்கள்.

திராவிட மொழிகளைப் போலவே சுமேரிய மொழியும் ஒட்டுச் சொற்களையுடையது. மண்டை ஓடு சம்பந்தமான ஆராய்ச்சியும் இரு சாதியினரும் இனமுடையர் என்பதை வெளியிடுகின்றது. சுமேரியச் சொற்கள் பல தமிழ்ச் சொற்களாகவும் தமிழில் வழங்கும் அதே பொருளுடையனவாயுமுள்ளன. இந்தியாவிலும் இலங்கையிலும் ஊர் என முடியும். இடப்பெயர்கள் பல உண்டு. பாபிலோனியாவிலே நிப்பூர், ஊர் என்னும் இடப்பெயர்கள் இருந்தன என்றும் ஆய்வாளர்கள் குறிப்பிடுகின்றனர்.

சுமேரியாவின் முக்கிய நகரங்களுள் மிக முக்கிய நகரம், 'ஊர்' என்பதாகும். 'ஊர்' என்ற சொல்லுக்கு வேறு எம்மொழியிலும் இதற்குப் பொருத்தமான பொருள் இல்லை. ஆங்கில மொழியில் பொருளற்ற வார்த்தை என்றும், அல்லது வசிப்பிடம் என்றும்

குறிப்பிடுகின்றனர். ஆனால் தமிழில் மட்டுந்தான் மிக அழகான, அற்புதமான விளக்கம் கிடைக்கிறது. ஊர் என்பதன் வேர்ச்சொல் 'உல்' என்பதாகும்.

இச்சொல்லே ஊல்> ஊன்று> ஊர் என்றாகியிருக்கிறது. இச்சொல்லுக்கு நாம் அறிந்திருக்கிற வசிப்பிடம், நகரம் என்பது மட்டும் பொருள் அல்ல! இதன் நேரிடையான பொருள் 'நிலை கொள்' என்பதாகும்.

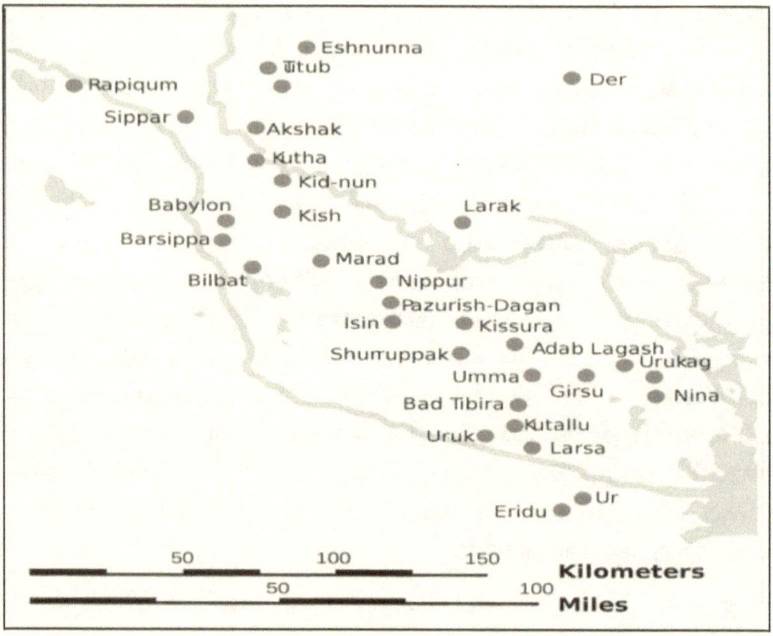

குமரிய நாகரீக எல்லைகள்

அஃதாவது மரம் ஒரே இடத்தில் நின்று நிலைபெற்று வாழ்வது போல் தமிழர்கள் கூட்டம்கூட்டமாக இடம் பெயர்ந்து அலைந்ததைக் கைவிட்டு ஒரே இடத்தில் தங்கி நிலைபெற்று வாழத் தலைப்பட்ட இடத்திற்கு 'ஊர்' என்று பெயர் சூட்டியுள்ளனர்.

நாடோடிகளாக அலைந்த இனக்குழுக்கள் ஒரே இடத்தில் தங்கி நிலை பெற்றபோது அவ்விடத்திற்கு மிகநுட்பமான பொருளைத் தரும் 'ஊர்' என்ற சொல்லையே பெயராக்கியுள்ளனர்.

ஊர் என்ற இந்நகரே இந்நாகரிகத்தின் மிகமுக்கிய மையமாகவும், கேந்திரமாகவும் இருந்துள்ளது. இவர்களது கடவுள் 'நன்னா' என்னும் சந்திரனாகும். இக்கடவுளுக்கு, 'நம்மு' என்னும் மன்னன் எடுப்பித்த கோவில் இந்நகரத்தின் அடையாளமாய் அதன் எச்சமாய் இன்றளவும் காணப்படுகிறது.

இக்கோவிலை எடுப்பித்ததால் இம்மன்னன் 'ஊர் நம்மு' என்று அழைக்கப்படுகிறார். பிரமிடு வடிவில் கட்டப்பட்டுள்ள இக்கோவில் 64 மீட்டர் நீளமும், 46மீட்டர் அகலமும், 30 மீட்டர் உயரமும் கொண்ட இடிபாடுகளோடு காணப்படுகிறது.

ஊர் நம்மு

இடிபாடுகளே இத்தகைய பிரம்மாண்டம் என்றால் இதன் பிரம்மாண்டத்தை நாம்தான் கற்பனை செய்து கொள்ளவேண்டும். ஊர் மட்டுமல்ல, ஊர் அரசனது பெயரும் தூய தமிழாகவே இருக்கிறது!

ஊர் பிரமிடு

Dravidian place names are sometimes traced to Mesopotamia and Iran, while an ancient language spoken at Mittani reveals striking similarities to modern Dravidian of India - Hindu India p.38.

I am however inclined to agree with late Sir Herbert Risely in his view that the Dravidian peoples are autochthons of the Deccan and the South of the Peninsula. Dr Haddon says : The Dravidian may have been always in India as has already been said. H.R. Hail holds the view that the Sumerians came into Western Asia from South India where even their writing may have been invented which in its later developed from in Babylonia was the Cuniform character in the inscriptions.

Bhui only marks a stage in the track of the Dravidians on their way from India to sumer. The Sumerian civilization is the earliest known in the world and if its Dravidian origin be accepted then a very ancient date for the Dravidian civilization must have to be admitted.

The date of Sargon of Akkad, got her civilization from Sumer allowing for the development of Sumerian Civilization. The Dravidian settlement of Sumer may be probably placed at a date not less than 5000 B.C.The bird and serpent Myth - Prof. Kalipada Mitra - The O.J.O.T.mythic Society Vol.XVI.

கி.மு. 4000ஆம் ஆண்டளவில் யூப்ரடிஸ் நதிக்கரையின் கிழக்கே ஊர் நகருக்கு அருகில் 'ஊருக்' என்ற நகரம் அமைந்துள்ளது. இந்த 'ஊருக்' என்ற பெயரே இயேசுவின் தாய்மொழியான அராமையில் "எரிக்" என்றாகிப் பின் பெர்சியன் மொழியில் "ஈராக்" என்றானதாகக் கூறுகின்றனர். இந்த "ஊருக்" நகர அரசர்களுள் ஐந்தாவது மன்னராக விளங்கியவர் கில்காமேஷ். இவர் குறித்து கிரீக் பெர்சியன், அகாடியன் மொழிகளுள் ஏராளமான கதைகள் சொல்லப்படுகின்றன.

இவர் தெய்வத் தன்மை வாய்ந்தவராகவும், இம்மக்களைக் காக்க வந்த வீரபுருசராகவும் கருதப்பட்டார். பிற்காலத்தில் இவரைப் பற்றி எழுந்த வீரக்கதைகளும், தொன்மங்களும் 'தமுஷி' எனப்படும் மொழியில் இருந்து கிரேக்கத்திற்குச் சென்றதாகக் கூறப்படுகிறது. தமுஷி என்பது பழந்தமிழின் முந்தைய பெயர் என்று எத்தியோப்பிய மொழியும் குறிப்பிடுகிறது.

கில்காமேஷ் தன் நண்பன் என்கிடுவுடன்

இக்காவிய நாயகன் கில்காமேஷின் தந்தை பெயர் தமுஷிட் என்பதாகும். தமுஷிட் என்பது 'தமுஷி' என்றாகி பிறகு தமிஷ் ஆகிப் பின் தமிழ் என்றாகியுள்ளது. `தமி` என்றாலே தமிழென்று தமிழின் வேர்ச்சொல் அகராதி பொருள் கூறுகிறது. மேலும் தமுஷிட் என்பதற்கு 'மீனவர்' என்று சுமேரிய மொழியும் பொருள் கூறுகிறது. இந்நகரில் கிடைத்த தொல்பொருள்களுள் பாதி மனித உருவமும் பாதி மீன் உருவமும் கொண்ட சிலையொன்று கிடைக்கப்பெற்றுள்ளது. இதற்கு 'ஓயன்னெஸ்' என்று பெயரிட்டுள்ளனர்.

சுமேரியரின் ஆதியிருப்பிடம், அவர்களின் கன்னப் பரம்பரைக் கதையின்படி கிழக்கில் உள்ளது. கி.மு. முதலாம் நூற்றாண்டில் விளங்கிய பெறொசஸ் (Berosus) என்னும் பாபிலோனியக் குரு சுமேரியாவில் நாகரிகத்தையும் எழுத்தெழுதும் முறையையும் கொண்டுவந்து பரப்பிய பெருமக்கள் இருவர் பெயர்களைக் குறிப்பிட்டுள்ளார். அவர்களுள் ஒருவரின் பெயர், 'உவண்ணா'. ஆகும். அதற்கு மலரின் அண்ணன் என்று பொருள்.

'உவண்ணா' என்பது கிரேக்கரின் உச்சரிப்பு முறையில்; 'ஓஅன்னிஸ்' எனத் திரிந்து வழங்கிற்று. உவண்ணா என்னும் பெயர் துளுவ மக்களிடையே இன்றும் காணப்படுகின்றது. மற்றப் பெயர் ஓடக் கோன். இது ஓடங்களுக்குத் தலைவன் என்னும் பொருளில் தமிழில் வழங்குகின்றது என்று வரலாற்று ஆய்வாளர்கள் குறிப்பிடுகின்றனர்.

இந்த ஒயன்னெஸ்தான் கடல் கடந்து வந்து இந்தப் பாரசீக வளைகுடாவில் நாகரிகத்தையும், நகரத்தையும், பண்பாட்டையும் விதைத்தான் என்று வழங்கும் தொன்மக்கதைகளின் அடிப்படையில் ஒயன்னெஸ் என்பவன் மீனைத் தன் குல அடையாளமாகக் கொண்டிருந்த பண்டு குடியான பாண்டியர்களா? என்ற கேள்வியும் எழுகிறது. ஏனென்றால் உலகின் முதல் கடலோடிகள் பண்டு குடியான பாண்டியர்களே. `பண்டு` என்றால் பழமையான, வரலாற்றுக்கு முந்தைய காலம் என்பது பொருளாகும்.

ஊருக் நகரை தமுஷிட் வம்சத்திற்கு முன் 'திலுவியன்' மன்னர்கள் ஆண்டுள்ளார்கள். 'திலுவியன்' என்பது திரவிடியன் வடிவமாகத் தோன்றுகிறதல்லவா? தமிழின் மூலவடிவம் திரவிடியனே! திரை+மீளர் என்பதே திரமிளர் என்றானது. திரை என்றால் கடல்(அலை) என்று பொருள். அதாவது கடலோடிகள் என்ற பொருளில் திரை மீளர் என்பது திரமிளர் என்றாகித் திரமிடர் என்றாகிப் பின் திராவிடர் என்றாகி, தமிழ் என்றானதாகக் கால்டுவெல் குறிப்பிடுகிறார். அப்படியானால் திலுவியன் என்று கூறப்படுவது திரை மீண்டு வந்த கடலோடியான பாண்டியர்களா? என்ற கேள்வி மேலும் உறுதியாகிறதல்லவா?

இன்றைய பாக்தாத் நகரில் இருந்து 160 கி.மீ. தென்கிழக்காக நிப்பூர் என்ற நகரம் அமைந்துள்ளது. இதைக் கி.பி1889-1890ஆம் ஆண்டு தொல்லியல் ஆய்வு செய்த போது இங்கு ஆயிரக்கணக்கான ஆப்பு வடிவ எழுத்துக்கள் கிடைத்துள்ளன. இவ்விடம் சுமேரிய மொழியில் "நிப்புரு" என்றும், அகாடியன் மொழியில் 'நிப்பூர்' என்றும் அழைக்கப்பட்டுள்ளது. '

நிப்பூர்' என்பதும் தமிழ்ப் பெயரே! நிப்பூரை, நிம்+ஊர் என்று பிரித்துப் பொருள் கொண்டால் பல உண்மைகள் தெற்றென விளங்கும். "நிம்" என்பதற்குத் தமிழில் வேம்பு என்று பொருள். இந்த "நிம்" என்ற சொல்லே கிரீக், இலத்தின் மொழிகளுக்குச் சென்று அம்மொழியில் நீம் என்றாகி இன்று ஆங்கிலத்தில் Neem என்றழைக்கப்படுகிறது. உலகில் "வேம்பு" வேறெங்கும் கொண்டாடப்படாத சூழலில் தமிழர்களே வேம்பைத் தெய்வமாகக் கொண்டாடுகிறோம். மூவேந்தர்களுள் தொல் பழங்குடியினரான பாண்டிய குலத்தின் அடையாளம் வேம்பு (நிம்பு) என்பதே குறிப்பிடத்தக்கது.

இம்மன்னர்கள் நிம்பு (வேம்பு) மாலையைத் தங்களின் அடையாளமாகக் கொண்டதால் 'நிம்பத்தாரோன்' என்று அழைக்கப்பட்டுள்ளனர். பின்னர் அதுவே நிம்பூரான் என மருவிப் பிறகு நிப்பூரான் என்றாகிப் பின்னர் நிப்பூர் என்றாகியுள்ளது. நிம்பு என்பதனை வேம்பு என்றும் 'தார்' என்பதை மாலை என்றும் பொருள் கொண்டால், 'நிம்பத்தாரோன்' என்பதற்கு; வேம்பு மாலை அணிந்தவன் என்ற பொருள் விளங்கும்.

அமெரிக்க ஆராய்ச்சியாளர் மேற்கு ஆசியாவிலுள்ள நிப்பூரில் புதைபொருள் ஆராய்ச்சி நடத்தினார். அந்நகரின் நாகரிகம் கி.மு. 7000 முதல் கி.மு. 5000 அல்லது கி.மு.6000 வரையிலுமுள்ளது. எகிப்திய நாகரிகத்தைக் காட்டும் எழுத்து மூலமான சான்றுகள் காணப்படுகின்றன. எகிப்தில் கிடைத்துள்ள மிகப் பழைய புத்தகம் எகிப்திய பிரமிட்டுச் சமாதி கட்டுவதற்குக் (கி. மு.4000) முற்பட்டது என்றும் நிப்பூரில் புதைபொருள் ஆராய்ச்சி நடத்துவதன் முன் எகிப்தே மிகப் பழைய நாடாகக் கருதப்பட்டது. இப்பொழுது அது பாபிலோனியாவுக்கு அடுத்த பழமையுடைய நாடாகக் கொள்ளப்படுகின்றது என்றும் வரலாற்று ஆய்வாளர் ந.சி.கந்தையா அவர்கள் குறிப்பிடுகிறார்.

சுமேரிய நாகரிகத்தின் முதன்மை நகராகவும், பழமையோடு கூடிய கடவுளர்களின் நகராகவும், விளங்கியதே, 'எரிடு நகர்'. மேன்மையான வழிகாட்டி இடமாகவும் இந்நகர் விளங்கியுள்ளது. `உல்` என்பது `அல்` என்றாகிப் பின் எல் என்றாகி எரி என்றானது. எரியை நெருப்பு என்று பொருள் கொள்ளவேண்டும், எனில் தமிழில் சிவபெருமானுக்கு எரியாடி என்ற பெயருமுண்டு. அதாவது அழல் (நெருப்பு) ஏந்தி ஆடுபவன் என்பதாகும். எரியாடி என்பது எரியாடு என்றாகிப் பின் எரிடு என்றானதா? என்பதும் சிந்தனைக்குரியதாகும். அல்லது இன்றைக்கு இறந்தவர்களை நல்லடக்கம் செய்யும் இடத்தை எரிமேடு என்கிறோம்.

இறந்தவர்களைக் கடவுளாகக் கருதிய அக்காலத்தில் இறந்தவர்களை எரிக்கும் இடத்தின் பெயரை இந்நகரத்திற்கும் பெயரிட்டு எரிடு என்றும் அழைத்தனரோ? என்பதும், எரி என்பதற்கு "மிளகு" என்ற மற்றொருப் பொருளுமுண்டு. உலகில் மிளகு விளையும் இடம் தமிழகந்தான் என்பதையும் கவனத்தில் கொள்வோம். இத்தகைய வரலாற்றுப் பின்னணி கொண்ட இந்த நகரம் தமிழ்ப் பெயரின் வடிவமாய் உள்ளது.

மேலும், இந்நகரத்தின் கடவுள் என்கி ஆகும். 'எல்' என்பது 'என்' என்றாகி என்கி என்றாயிற்று. பூமிக் கடவுளான இத்தெய்வம் பின்னர் "இயா" என்ற நீர்க் கடவுளாகவும் பின் அறிவுக் கடவுளாகவும் மாற்றம் பெற்றது.

இந்நகரத்தில்தான் 'ஏதேன்' தோட்டம் அமைந்திருந்ததாகவும், விவிலியக் கதைகளுள் சொல்லப்படுகின்ற கடவுளுக்கு எதிராக மனிதன் பாவம் செய்து வீழ்ந்துபோன இடமாகவும் சொல்லப்படுகிறது.

எரிடு பொற்காலத்தின் அடையாளமாய்ப் பார்க்கப்படுகிறது. சொர்க்கத்தின் திறவுகோல் என்ற மரபுவழி நம்பிக்கையின் இடமாகவும் இந் நகரம் பார்க்கப்படுகிறது. எரிடு இதைத் தமிழ் சொல்லாகப் பார்க்க முடிகிற நேரத்தில் அகாடியன் மொழியில் இரிட்டு என்று அழைக்கப்படுகிறது. மேலும் விவிலியத்தில் சொல்லப்படுகிற வெள்ளக்கதை நிகழ்ந்த இடமாகவும் சொல்லப்படுகிறது.

'மாரி' (Mari) - Tell Hariri மெசபெடோமியாவின் வடக்கில் இன்றைய சிரியாவின் எல்லையில் அமைந்துள்ள நகரம் தான் 'மாரி' எனும் நகரம். இச்சொல் தூயதமிழ் சொல் என்பதில் யாருக்கும் அய்யம் இருக்கமுடியாது.

மாரி என்றால் தமிழ்மொழியில் மழை என்பது பொருளாகும். நமது மாரியம்மன் வழிபாடுகூட மழைக்கடவுளுக்கு எடுக்கப்படும் வழிபாடாகும். அதன் வழியாகத்தான் நாம் மழைக்கடவுளை, மாரிஅம்மன் என்றும் மாரிஅம்பாள் என்றும் வழிபடுகிறோம். சுமேரியர்களும் 'மாரி' நகரக் கடவுளையும் அதே மழைக்கடவுள் (நீர்க்கடவுள்) என்ற பொருளில் வணங்கியுள்ளனர்.

இந்நகரை உருவாக்கிய முதல் மன்னரது பெயர் 'அன்பு' என்பதாகும். இம்மன்னன் முப்பது ஆண்டுகள் ஆட்சி செய்தபின் இவரது மகன் 'அன்பா'ஆட்சிக்கு வருகிறார். இவர் 17 ஆண்டுகள் ஆட்சி செய்தார் என்றும் வரலாறு சொல்கிறது. இதற்கடுத்த இரண்டாவது ஆட்சி யுகத்திலும் இந்நகரை இகுன்மாரி, இசகிமாரி எனும் மன்னர்கள் ஆட்சி செய்திருக்கிறார்கள்.

இந்நகரங்களோடு கி.மு.2,200 ஆண்டுகளுக்கு முன் மகன் நாடும், தில்மன் நாடும் வணிகத் தொடர்பு கொண்டிருந்தன என்று வரலாற்று ஆய்வாளர்கள் குறிப்பிடுகின்றனர். மகன் என்பதற்குத் தமிழில் ஆழ்ந்த பொருள் உண்டு. சிவபெருமானை மகேஸ்வரன் என்கிறோம்.

இது வடமொழியோ என்றும் அய்யப்படுகிறோம். மகேஸ்வரனை மகன்+ஈசு+அன் என்று பிரிக்கவேண்டும். மக என்பதற்கு மகன் (பிள்ளை) என்பது மட்டும் பொருள் அல்ல! மக என்பதற்குச் சிவன் என்பதும் பொருளாகும். ஈஸ்வரன் என்பதற்குக் கொடுப்பவன் என்பது பொருளாகும். ஈக என்பதே ஈசு என்றாகி ஈசன் என்றானது. ஈக என்பதற்குக் 'கொடு' என்பது பொருள்.

இதுவே ஈக > ஈசு > ஈசன் என்றானது. இதனடிப்படையில் 'மகன் நாடு' என்பது சிவனது பெயரை அடிப்படையாகக்கொண்ட நாடாகப் பொருள் கொள்ளலாம். தில் மண் என்பதும் தூய

தமிழ் பெயர் என்பதைக் கவனமாகக் கருத்தில் கொள்ள வேண்டும். இதில் தற்போது மகன் நாட்டை ஓமன் என்றும், தில்மன் நாட்டைப் பஃரைன் என்று முடிவு செய்துள்ளனர்.

அதற்கு முன்னால், இவர்கள் சிந்துவெளி மக்களோடும் வணிகம் செய்துள்ளனர். இவர்களைச் சுமேரிய மொழியில் மெலுகா என்று அழைத்தனர். மெலுகா என்பதை Me-lah-ha என்று அஸ்கோ பார்போலா பிரிப்பார். அதாவது மேலுலகம் என்றும் மேல் ஓகம் என்றும் மெலுகாவிற்கு பார்போலா விளக்கம் தருகிறார்.

மேலான தேசம், மேடானதேசம், உயர்ந்த தேசம் என்ற பொருளில் வழங்கியதாகவும் கூறுவார். இவ்வகையில் சிந்துவெளி தேசத்தோடு இவர்கள் கொண்டிருந்த நெருக்கமும், உறவும், தொடர்பும் மிக முக்கியமானதாகக் கருதப்பட வேண்டும். காரணம் சிந்துவெளி நாகரிகம் திராவிட நாகரிகம் என்பதை நாம் கருத்தில் கொள்வோம்.

அசூர் பானிபால் நூலகம்

மெலுகா என்பதற்கு மற்றொரு பொருளும் சொல்லப்படுகிறது. 'மெலுகா' என்றால் கருப்பு என்றும் கருப்பர்கள் என்றும் கருதுவர். அதனடிப்படையில் சிந்துவெளியில் வாழ்ந்தவர்களும் கருப்பர்களான திராவிடர்களே. இந்த மெலுகா நாட்டில் இருந்து நல்லெண்ணெய் இறக்குமதி செய்யப்பட்டுள்ளது. இந்த

நல்லெண்ணெயைச் சுமேரிய மொழியில், 'இல்லு' என்றும், அகாடியன் மொழியில், எள்ளு என்றும் குறிப்பிட்டுள்ளனர்.

டைகிரிஸ் நதியின் மேற்குக் கரையில் அமைந்துள்ள மற்றொரு நகரம் 'அசூர்' என்பதாகும். தெய்வீக நகரமாகக் கருதப்பட்ட இந்நகரத்தின் கடவுள் அசூர் என்பதாகும். 1903 முதல்1913 வகையிலான ஆண்டுகளில் இங்கு மேற்கொண்ட ஆய்வுகளில், எழுத்துகள் பொறிக்கப்பட்ட 16,000 களிமண் கட்டிகள் கிடைக்கப்பெற்றுள்ளன. ஆசூர் தெய்வத்திற்கு எடுக்கப்பட்ட மிகப்பெரிய பிரமிடின் எச்சங்கள் இப்போதும் இங்குக் காணப்படுகின்றன. 2003ஆம் ஆண்டு இதை UNES-CO உலகப் பாரம்பரியச் சின்னமாக மாற்றியுள்ளது. "அசூர்" என்ற பெயரில் தமிழகத்தில் இன்றைக்கும் ஏராளமான ஊர்ப் பெயர்கள் இருப்பதை எண்ணி நம்மால் வியக்காமல் இருக்கமுடியாது.

இப்படி கி.மு.3500 ஆண்டுகளுக்கு முன்பே தோன்றிய சுமேரிய நாகரித்தில் திராவிடர்களின், தமிழர்களின் அடையாளங்கள் கணக்கற்றுக் காணப்படுகின்றன. எனினும் இந்நாகரிகத்திற்கு முன்பே இங்குக் கி.மு.5300 ஆண்டுகளுக்கு முன் உபெய்து என்றழைக்கப்படும் தொல்திராவிடர்களின் நாகரிகம் இருந்ததாகவும் அதன் அடிப்படையிலேயே சுமேரியர் நாகரிகம் தோன்றியதாகவும் வரலாற்று அறிஞர்கள் கூறுகின்றனர்.

ஆப்பு வடிவ எழுத்துக்கள்

சுமேரியர்கள் தங்கள் எழுத்துகளைக் கூம்பு வடிவக் களிமண் உருளைகளில் எழுதியுள்ளனர். இதை ஆப்பு வடிவ எழுத்துகள் (CUNEIFORM) என்பர். மெசொபெட்டொமியாவில்

கிடைக்கப்பெற்ற ஆப்பு வடிவ ஆவணங்களைப் படித்தபோது இங்கு மெலுகன் கிராமம் ஒன்று இருந்த விவரத்தை அறியமுடிகிறது. இம்மக்களை 'மெலுகன் மகன்' (SON OF MELUHHAN) என்று அகாடியர்கள் அழைத்துள்ளனர்.

மேலும் இந்த மெலுகன் மொழியைப் படித்தறிய தெரிந்தவர் ஷு இலிஷு' (SHUILISHU) என்று இந்த ஆவணம் குறிப்பிடுகிறது. மெலுகன் மொழி என்பது சிந்துவெளி மொழி என்றும், மெலுகர்கள் என்பவர்கள் கருப்பர்களான திராவிடர்கள் என்பதும் முன்பே நாம் அறிந்ததே! இந்த மெலுகன் கிராமத்தைக் கண்டுபிடித்து விட்டால் ஆப்பு வடிவ எழுத்துகள் மூலம் படித்தறிய முடியாத சிந்துவெளி எழுத்துகளைப் படித்தறிந்து விடலாம் என்று ஆய்வாளர்கள் நம்புகின்றனர்.

இறந்துபோன நம் முன்னோர்களைத் தாழிகளுக்குள் வைத்துப் புதைக்கும் வழக்கம் தமிழகத்தில் இருந்ததை இங்கு மேற்கொள்ளப்படும் தொல்லியல் ஆய்வுகள் வெளிப்படுத்தி வருகின்றன. இவைகள் 'முதுமக்கள் தாழிகள்' எனப்படுகின்றன. இறந்தவர்களோடு அவர்கள் பயன்படுத்திய பொருட்கள், விளக்குகள், புனிதப் பொருளாக நெல்மணிகள் போன்றவைகளை உடன்வைத்துப் புதைக்கிற வழக்கம் இருந்திருக்கிறது.

இவ்வழக்கம் வேறு எந்த நாகரிகத்திலும் காணப்படாத ஒன்று. ஆனால் இவ்வழக்கம் சுமேரியர்களிடம் இருந்திருக்கிறது. தமிழர்களைப் போலவே இவர்களும் இறந்தவர்களை முதுமக்கள் தாழிகளுக்குள் வைத்துக் கூடவே நெல்மணிகளையும் உடன் வைத்துப் புதைத்திருக்கிறார்கள். தெய்வ வழிபாட்டு முறைகளுள் இறைவனுக்குப் பல பொருட்களை வைத்துப் படையலிட்டு வழிபடுகிறோம்! குறிப்பாகக் கிராமத் தெய்வங்களுக்கு மது வகைகளை வைத்து வழிபாடு செய்துவருகிறோம்! இதே முறைப்படி சுமேரியர்களும் தங்கள் தெய்வங்களுக்கு மது வகைகளைப் படையலுக்கு வைத்து வழிபாடு செய்து வந்திருக்கின்றனர்.

மேலும் நம் ஆலயங்களில் உள்ள தலவிருட்சங்களைப்போல் சுமேரியர்களும் தங்கள் கடவுளர்களின் ஆலயங்களில் தல விருட்சமாய் மரங்களை வைத்து வழிபாடு செய்து வந்துள்ளனர்.

சுமேரியர்களின் மிகப் பழைய நகரம் எரிடு, இந்நகரின் காவல் தெய்வமான 'என்கி' தெய்வத்திற்கு எழுப்பப்பட்ட ஆலயத்தின் தலவிருட்சம் 'கிஷ்கனு' என்பதாகும்.சுமேரியர்களின் தெய்வப் பெயர்களும் நமக்கு அறிமுகமான பெயர்களாகவே தோன்றுகின்றன. முக்கிய நகரங்கள் அனைத்திற்கும் தனித்தனி கடவுள் வழிபாடு இருந்திருக்கிறது.

நகரங்கள்	தெய்வங்கள்	
எரிடு	என்கி	*ENKI*
ஊர்	நன்னா	*NANNA*
மாரி	மாரி	*MAARI*
நிப்பூர்	என்லில்	*ENLIL*
சூரப்பாக்கம்	நின்லில்	*NINLIL*

ஊர் நகரத்தின் கடவுள் நன்னா (*NANNA*) என்பதாகும். நன்னா என்பது பிறை கடவுளாகும். பிறை வழிபாடு தமிழர்க்கு உரியது. பிறை தமிழர்களால் வணங்கப்பட்டிருக்கிறது என்பதற்குத் தொல்காப்பியத்திலும், சங்க இலக்கியங்களிலும், சிலப்பதிகாரத்திலும், திருக்கோவையிலும் இன்னும் பல இலக்கியங்களிலும் ஏராளமான சான்றுகள் உள்ளன.

ஊர் – நன்னா கடவுள்

தொழுதுகாண் பிறையின் தோன்றி
தன்னுள் அடக்கிக் கரக்கினும் கரக்கும்
பிறைநுதல் வண்ணம் ஆகின்று; அப்பிறை
பதினென் கணனும் ஏத்தவும் படுமே...

என்று புறநானூற்றின் கடவுள்வாழ்த்து பாடுகிறது. வணக்கத்திற்குரிய அப்பிறை நிலவே தேவர் முதலான பதினெட்டு காரணங்களால் போற்றவும்படுகின்றது என்பது இதன் பொருளாகும். இதேபோல்

புள்ளி தொய்யில் பொறிபடு சுணங்கின்

ஒள்இழை மகளிர் உயர்பிறை தொழூஉம்

என்னும் அகநானூறு 239ஆம் பாடலும்,

.....................,இவள்

இடைமுலைக் கிடந்தும் நடுங்கல் ஆனீர்;

தொழுதுகாண் பிறையின் தோன்றி

எனும் குறுந்தொகை 178 ஆம் பாடலும் மேலும் குறுந்தொகை 307ஆம் பாடலும் தமிழர்களிடம் பிறைவழிபாடு இருந்தது என்பதற்கான சான்றுகளாகும். அப்படியானால் நீண்ட நெடுங்காலமாகவே தமிழர்க்கும், பிறை வழிபாட்டிற்கும் உள்ள தொடர்பு எப்படி ஈராக்கின் ஊரு நகருக்குப் போயிருக்கமுடியும் என்பதை ஆய்வு செய்யவேண்டியுள்ளது.

சுமேரியர்களின் பல்லாயிரக்கணக்கான ஆப்பு வடிவ எழுத்துகளைப் பெல்சிவேனியா பல்கலைக்கழகச் சுமேரு ஆய்வியல் துறை படித்துத், தொகுத்து அச்சொற்களுக்குப் பொருளறிந்து வகைப்படுத்தி, ePSD அகராதியாக வெளியிட்டுள்ளது. மிக அரிதான இந்த முயற்சி தமிழர்களுக்குக் கிடைத்திருக்கிற நல்வாய்ப்பு என்றே கருதவேண்டும். இதன் மின் முகவரி *http://psd.museum.upenn.edu/epsd/nepsd-frame.html* என்பதாகும்.

நம்மைப் பெற்றவளை நாம் 'அம்மா' என்கிறோம்.

இதேபோல் சுமேரியர்களும் அம்மாவை 'அம்மா' என்றும்

Ama [MOTHER] ‹javascript:showarticle ('e302.html')› wr. Ama "mother" Akk. ummu

அப்பாவைத் தமிழ் மரபின்படி 'அய்யா' என்றும்

aya [FATHER] ‹javascript:showarticle('e562.html')› wr. a-a; aya2; a-ia "father" Akk.abu

...வ 'அய்யாவின் அய்யா' என்றும்

...R]‹javascript:showarticle('e567.html')›
...'grandfather"

...ாவை 'அம்மாயி' அல்லது 'ஆயா'
...ம் இதே பொருளில் 'அம்மா ஆயா'
என்றும் அழைத்துள்ளனர்.

ama'aya [GRANDMOTHER] ‹javascript: showarticle('e304.html')›wr.ama-a-a "grandmother"

அம்மாவின் அக்காவை, 'பெரிய அம்மா' என்றழைக்கிறோம். இவர்களே 'அம்மாகல்' என்று அழைத்துள்ளனர்.

amagal [GRANDMOTHER]‹javascript:showarticle('e307.ht-ml')›wr.ama-gal "grandmother; a priestess"

என்றும் அழைத்துள்ளனர். கல் என்றால் நிறை, கணம், பெரிய என்று தமிழில் பொருளுண்டு. சுமேரியர் நாகரிகத்தைத் தொடர்ந்து முப்பது ஆண்டுகளுக்கும் மேலாக ஆய்வு செய்த மலேசியாவைச் சார்ந்த முனைவர் லோகநாதன் சுமேரியர் நாகரிகம் தமிழர் நாகரிகம் என்று நிறுவ எண்ணற்ற ஆய்வுகளைச் செய்துள்ளார். அம்மாகல் என்றால் பெரிய அம்மா என்று விளக்கம் தருகிறார். அம்மா+கல் என்கிறபோது பெரிய அம்மா என்று திரு.லோகநாதன் விளக்கம் அளிப்பார்.

தமிழர்கள் கிராமங்களில் அப்பாவை 'அய்யா' என்று அழைக்கிறோம். அதேபோல் சுமேரியர்களும் அப்பாவை 'அய்யா' என்று அழைக்கிறார்கள். நாம் துக்க மேலீட்டால் அழும்போது அய்யோ என்றுதான் அழுவோம். அதேபோல் சுமேரியர்களும் அழுவதற்கு அய்யோ என்று சுட்டியுள்ளனர்.

aya [CRY]‹javascript:showarticle('e561.html)› wr. a; u3 "a cry of woe; to cry, groan" Akk.ahulap; naqu

இன்று அப்பாவின் அப்பாவை 'அய்யா' என்று அழைக்கிறோம். ஆனால் இவர்கள்தான் மிகச் சரியாக அய்யாவின் அய்யா என்ற பொருளில் அய்யய்யா என்று சுட்டியுள்ளனர். இவ்வழக்கம் இன்று மருவி அய்யா என்ற பொருளில் நிற்கிறது.

மேலும் தமுஷிட் மன்னரைப் பற்றிய 'தமு என்னும் காப்பியத்தில் 192வது வரி முக்கியமா இவ்வரியின் தமிழாக்கம் இதுதான், "உது. மூருமு மான்ங் முச்சான்" என்பதாகும். மூருமு என்பது மருமான் என்றாகி பின் மாமன் என்றானது. பின் இதுவே மற்றொரு வகையில் திரிந்து மைத்துனன் மைத்துனி என்றும் மாறியுள்ளது என்கிறார் திரு லோநாதன்.

சுமேரியாவில் 'சூரப்பாக்கம்' (Shuruppak)என்ற நகரம் இருந்துள்ளது இந்நகரத் தெய்வத்திற்கு எழுதப்பட்ட சங்கீதப்பாடலின் தொகுப்பொன்று கிடைத்துள்ளது 'சூரபாக்கின் நெறி' என்ற இந்நூலில் 282 வரிகள் உள்ளன. இந்நூல் முழுமையும் ஆங்கிலத்தில் மொழிபெயர்ப்பு செய்யப்பட்டுள்ளது. இதை முனைவர் லோகநாதன் அவர்கள் ஆய்வு செய்து இப்பாடல்கள் அனைத்தும் தமிழ் பாடல்களே என்று நிறுவியுள்ளதன் பாங்கு மிகப் பொருத்தமானதாக உள்ளது.

சான்றாக இச்சங்கீதத்தின் 177 வது வரி,(ses-gal a-a na-nam nin-gal ama nanam)"சேய் கல் அய்யா நனம், நின் கல் அம்மா நனம்" என்பதாகும். இதில் முதல் சொல்லைச் செஸ் என்று படிக்கக்கூடாது. இதை சேய் என்றுதான் படிக்கவேண்டும் என்று மொழியியலாளர் குறிப்பிடுகின்றனர். 'சேய்' என்றால் பிள்ளை என்பது பொருளாகும். 'கல்' என்றால் பெரிய என்று பொருள். (கணம், நிறை) அப்படியெனில்; 'பெரிய மகன்' என்பது பொருளாகும். அடுத்து நின் என்றால் பெண் என்பது பொருள். நின்+கல் என்கிறபோது பெரியமகள் என்பதாகும். நனம் என்றால் நன்மை என்பதாகும். இப்போது இதன் பொருள்; அம்மா, அப்பா இல்லாத குடும்பத்தில் மூத்த அண்ணனோ, அக்காவோ அக்குழந்தைகளுக்கு அப்பா, அம்மாவாக இருந்து அவர்களை வழிநடத்துவது நமது பண்பாடு.

இப் பண்பாட்டைதான் இந்தச் சுமேரிய சங்கீதம் இப்படிப் பாடியுள்ளது. இந்தச் சுமேரிய வரிகளுக்குத்தான் ஆங்கிலத்தில் இப்படி மொழிபெயர்ப்பும் தந்துள்ளார்கள். *The elder brothers and sisters were almost father and mother to the younger ones* இதோ இந்த மின் முகவரி*https://sites.google.com/site/sumerutamiltex/suruppak-s-neri*.

சுமேரிய ஆய்வாளர் திரு.லோகநாதன்

லோகநாதன் என்கிற தனி மனிதரின் உழைப்பைப் போகிற போக்கிற் ஒற்றை வரிகளில் சொல்லிவிட்டுச் செல்லமுடியாது. அவரின் உழைப்பை அவர் வார்த்தையாலேயே கூறுவது இங்கே குறிப்பிடத்தக்கது. "சுமேருத் தமிழ் ஆய்வினை என்னால் விடமுடியவில்லை, என்றாவது ஒரு நாள் தமிழ் உலகம் தன் வேர்கள் அங்குதான் உண்டு என்று அறிய வரும் என்ற நம்பிக்கையில் இருக்கின்றேன். அந்த மொழி தொல்தமிழ், முதற் சங்கத் தமிழ் என்பதோடு 'செங்கிருதமே' அதன் திரிபு என்பதும், இந்நாளில் வேத மொழியும் அதுவேயாகும்" என்கிறார் லோகநாதன்.

இஃது ஆழமான பல தத்துவச் சிந்தனைகளைக் கொண்டுள்ள நூற்கள் பல நிறைந்த ஓர் ஞானக் கருவூலமாக எனக்குப் படுகின்றது. 'ஏண் உடு அன்னா' எனும் அம்மையாரே முன் மூன்றாம் ஆயிரமாண்டின் மிக ஆழமான தத்துவஞானி என்று போற்றப்படுகின்றார். அவர் பாடிய, 'ஈனன்னை சீர்பியம்' எனும் நூல் "நின் மெய் சர்வ உள் தெள்ளிய" என்று பராசக்தியைப் போற்றுவதாகவே தொடங்குகின்றது. இதன்படி என்றைக்காவது ஒருநாள் தமிழர்களாகிய நாம் நமது அருமைகளையும், பெருமைகளையும் புரிந்துகொள்வோம். அந்நாளும் விரைவில் வரும் என்றும் நம்புவோம். உலகின்,'முதல்மாந்தன் தமிழரே' என்ற உண்மையை உலகிற்கு உணர்த்துவோம் என்றும் கூறுகிறார்.

சிந்துவெளி நாகரிகத்தை முறையாக ஆய்வு செய்த ஹிராஸ் பாதிரியார், டாக்டர் ஹண்டர், வுல்லி, எ.ஆர்.ஹால்ஸ் போன்ற தொல்லியல் அறிஞர்கள் உலக நாகரிகங்களை ஆய்வு செய்த பேரறிஞர்கள். இந்நாகரிகங்கள் எல்லாம் பழந்தமிழர் நாகரிகங்களே என்று இவர்கள் சொல்லிச் சென்று ஒன்றரை நூற்றாண்டுகள் கடந்த பிறகும் நமது இந்த வரலாற்றை நாம் நம் தமிழர்களுக்கும் சொல்லித்தரவில்லை, உலக மக்களுக்கும் உணர்த்தவில்லை. சுமேரியர் தமிழரே, அவர்கள் பேசிய மொழி தமிழே. சுமேரிய, மெசொபெட்டோமியா, ஆப்கானிஸ்தானம், பலூசிஸ்தானம் ஆகிய நாடுகளில் தமிழ் மொழியுடன் சம்பந்தப்பட்ட பிராகி என்னும் மொழி தோன்றியது என்று இவர்கள் கூறியதை இனியாவது உலகிற்கு உணர்த்துவோமா?

"சிந்து நதிக் கரையிலிருந்து சென்ற தமிழ் மக்கள் என்ற சுமேரியர் வாழ்ந்த நகரங்களில் ஒன்றான ஊர் என்ற நகரில் நிலா, சூரியன், வழிபாட்டுச் சின்னங்கள், புதைபொருள் ஆய்வுகளில் கிடைத்தன" என்று எல்.வுல்லி, எ.ஆர்.ஹால்ஸ் என்பவரும் கூறியுள்ளனர்.

"சுமேரிய மொழியில் பல திராவிடச் சொற்கள் உள்ளன. ஆரியமொழி பரவும் முன்னரே மத்திய ஈரோப்பாவின் இடப்பெயர்கள், ஆறுகளின் பெயர்கள், திராவிடப் பெயர்களாகவே இருந்தன."என்பார் கிளிமண்ட் ஸ்கோனர் என்ற செர்மானியர். மேலும் யூப்ரடிஸ், டைகிரிஸ் ஆற்றோரங்களில் ஆதியில் குடியேறியவர்கள் என்று அறியப்பட்ட சுமேரியரை ஒத்த மக்கள் இந்தியாவில் அன்றி வேறெங்கும் இல்லை என்ற இவரது கூற்றும் கவனத்தில் கொள்ளவேண்டியுள்ளது.

"சங்க இலக்கியத்தில் சொல்லப்படுகிற புறத்திணை ஒழுகலாறுகள், இச்சமூகத்திலும் காணப்படுகின்றது, என்று ஆர்.எ.ஹால் என்ற அறிஞர் குறிப்பிடுகிறார். ஆநிரைக் கவர்தல், ஆநிரை மீட்டல், போரில் இறந்தவர்களுக்கு நடுகல் எடுத்து வணங்குதல் போன்ற பண்பாடுகள் சுமேரியர்களிடமும் காணப்பட்டது என்கிறார் ஆர்.எ.ஹால் இதோ அவர் கூறியது, மட்கலன் என்னும் சுமேரிய மன்னன் கள்வர் ஓட்டிச் சென்ற பசுக்களை மீட்டுப், பகை வென்று அவன் வாழ்ந்து மடிந்தபோது, அவன் நினைவாக நடுகல் எழுப்பிய சித்திரம்,

முத்திரைச் சான்றுகளாகச் சுமேரியாவிலும், அதே முத்திரைகள் சிந்துவெளி பள்ளத்தாக்கில் செய்யப்பட்ட ஆய்வுகளிலும் கிடைத்துள்ளன. என்கிறார்.

கி.மு.5000முதல் 3000 வரை நிலவிய சுமேரியாவின் கீஷ், சூசா ஆகிய நகரத் தொல்லியல் ஆய்வில் கிடைத்துள்ள பொருட்கள் தமிழகத்தில் கிடைத்துள்ள தொல்லியல் பொருட்களோடு மிகநெருக்கமாக இருக்கின்றன என்கிறார் இராமச்சந்திர தீட்சிதர். 1.ஈமக்கலன்கள் மண்ணாலானவை. 2.நீள் சதுரப் பானை ஈமக்கலன்கள். 3.தமிழகத்தில் இன்றும் காணப்படும் பரிசல்கள்.4.கீஷ் நகரில் கிடைத்துள்ள சிந்துவெளி முத்திரை போன்ற அதேவகை எழுத்தும், காளை உருவமும் கொண்ட முத்திரை. 5.கார்னியன் மணிகள், 6.சங்கு வளையல்கள், 7.நிம்ராத் ஊர் நகர இடிபாடுகளில் கிடைத்துள்ள இந்தியத் தேக்கு தேவதாரு மரங்கள் போன்றவை தமிழகத்தோடு நெருங்கிய தொடர்புடையவை என்பதை நாம் கருத்தில் கொண்டால் நிறைய உண்மைகளை உலகிற்கு உணர்த்த முடியும்.

சுமேரிய நாகரிகம் குறித்துப் பல்வேறு ஆய்வுகள் வெளிவந்துள்ளன. உலக நாகரிகங்களுள் ஓரளவு வாசிக்கப்பட்டு வரலாறு அறியப்பட்ட நாகரிகம் இது. இந்நாகரிகத்தை ஆய்வு செய்தவர்கள் எல்லாம் ஐரோப்பியர்களாவும், வேற்று பண்பாட்டைச் சேர்ந்தவர்கள் என்பதாலும் இந்நாகரிகத்தைப் பற்றிய உண்மையை உலகிற்கு அறிவிக்க இயலாமல் இருக்கிறார்கள். இவ்வாய்வுகளை நாம் நமது மொழி, பண்பாடு, கலைகள், கலாச்சாரம், வழிபாட்டு முறைகள், எழுத்துகள் போன்றவைகளைக் கொண்டு முறையாக ஆய்வு செய்தோமானால் சுமேரியர்கள் தொல்தமிழர்கள்தான் என்ற உண்மையை உலகிற்கு வெளிப்படுத்த முடியும்.

3

ஆதியாகமத்தில் ஆதப்பாவும்... ஆயாவும்...!

சுமேரிய நாகரிக வரலாற்றுக்குள்தான் உலக நாகரிகங்களின் வரலாறும் உலகின் இருபெரும் சமயங்களான கிறித்துவ, இஸ்லாமியச் சமயங்களின் வரலாறும் மறைந்து கிடக்கின்றன. கிறித்தவ, இசுலாமியச் சமயங்களின் பிறப்பிடமாகக் கருதப்படுகிற நிலப்பகுதிகள் அனைத்தும் இன்றைய இஸ்ரேல், எகிப்து, பாலஸ்தீனம், சிரியா, ஈராக், லெபனான் போன்ற நாடுகளின் பகுதிகளாகப் பிரிந்து காணப்படுகின்றன. உலகின் நாகரிகத்தொட்டிலாகக் கருதப்படும் சுமேரிய நாகரிகம் சிறந்து விளங்கிய நிலப்பகுதிகளும் இந்நிலப் பகுதிகளே.

விவேகானந்தர் சொன்ன விவிலியக் கதைகளும்; குரான் சுட்டிகாட்டுகிற பல வரலாற்றுச் செய்திகள் நிகழ்ந்த நிலப்பகுதிகளும் இந்நிலப்பகுதிகளே.

சுமேரியர் நாகரிக வரலாற்றையும்; விவிலிய வரலாற்றையும் தமிழர் நாகரிக வரலாற்றோடு ஒப்பிட்டு ஆராயும்போது விவேகானந்தரின் கூற்றில் அமைந்துள்ள உண்மைகள் உலகிற்குத் தெரியவரும். சுமேரிய மொழியில் எழுதப்பட்ட, 'கில்காமேஷ்' காப்பியமே உலகின் முதல்காப்பியம் எனலாம். கி.மு.2100 ஆண்டுகளில் எழுதப்பட்ட கில்காமேஷ் காப்பியத்தின் கதையும், வரலாறும் கிடைக்கப்பெற்று தற்போது வாசித்தறியப்பட்டுள்ளது.

இக்காப்பியமே சுமேரியர் பற்றிய பலசெய்திகளையும், வரலாற்றையும் விளக்குகிறது. முதன்முதலில் கி.பி.1870இல் ஜார்ஜ்

ஸ்மித் என்பவரால் இக்கட்டுரைகள் வாசித்து வெளியிடப்பட்டது. பிறகு பலரும் இந்நூலை விரிவாக ஆய்வு செய்துள்ளனர். இக்காப்பியத்தைத் தமிழில் மொழிபெயர்த்துள்ள தமிழகத்தின் மிகச் சிறந்த ஆய்வாளர் திருமிகு. க.நா.சுப்ரமணியம் அவர்கள் தனது நூலுக்கு எழுதியுள்ள முன்னுரையில் இருந்து ஒரு பகுதியை மட்டும் இங்கே குறிப்பிடுகிறேன், "மஹோஞ்சதாரோவாசிகள் கில்காமெசை முன்னோடியாகக் கொண்ட சுமெர்வாசிகள் என்று ஒரு சித்தாந்தம் சொல்லப்படுகிறது. அது உண்மையாக இருந்தால் கில்காமெஷ் கோயில்கள், தெய்வங்கள், விலை மாதர்கள் தமிழகம் வரையில் வந்ததாகக் காலக்கணக்குப்படி சொல்லலாம். தமிழர்கள்தான் சுமேரியர்களாக நடமாடினார்கள் என்று சொல்வதிலும் எனக்கு ஒன்றும் ஆட்சேபமில்லை" என்று குறிப்பிடுகிறார்.

இந்த வரலாற்றுச் செய்திகளுக்குப் பின்னே விவிலியத்தின் பழைய ஏற்பாடு குறிப்பிடுகிற உலகத் தோற்றம்; ஆதாம் ஏவாள் பிறப்புக்கதை; ஏதேன் தோட்டம்; வெள்ளத்தில் இருந்து தப்பிப் பிழைத்த நோவாக் கதை; ஆபிரகாம், மோயிசன் கதை என்று சொல்லப்படுகிற அனைத்து விவிலியக் கதைகளும் சுமேரிய, அகாடிய மொழிகளிலும் அதன் வரலாற்றிலும் பண்பாட்டிலும் வழிவழியாகச் சொல்லப்பட்டு எழுதப்பட்டு வந்த கதைகளாகும்.

யூதர்களின் மறைநூல்

இப்படி வழிவழியாகச் சொல்லப்பட்டு வந்த கதைகளை எல்லாம் தொகுத்து கி.மு.5,6 ஆம் நூற்றாண்டுகளில் யூத மதத்தின் புனிதநூல், 'தோரா' உருவாக்கப்பட்டது. பின்னர் இயேசு கிறித்துவின் வருகைக்குப்பின் அவரது மரணத்திற்குப் பின் கி.பி. இரண்டாம் நூற்றாண்டளவில் கிறித்துவச் சமயம் கட்டமைக்கப்பட்டது. அப்போது யூதர்களின் புனித நூலே விவிலியத்தின் பழைய ஏற்பாடாக ஏற்கப்பட்டது.

அப்படியெனில் சுமேரியர்களின் கதைகள்தான் யூத மதத்தின் வழியாகக் கிறித்தவத்திற்கும் பின் இசுலாத்திற்கும் வருகை தந்துள்ளது. சுமார் 1600 ஆண்டுகள் கடந்த நிலையில் கி.பி. 1850ற்குப் பின் சுமேரிய நாகரிகப் பகுதிகளில் திரு. ஜான் ஜார்ஜ் டெய்லர், சார்லஸ் லியோனார்டு போன்ற ஆய்வாளர்களால் மேற்கொள்ளப்பட்ட ஆய்வுகளின் வழியாக, விவிலியத்தில் சொல்லப்படுகிற பழைய ஏற்பாட்டின் கதைகளுக்கும் இஸ்லாமியர்களின் குர்ஆன் கூறும் பல கதைக்களுக்கான கருவும் சுமேரியர்களுடையதே என்பதற்கு நேரடி சாட்சிகளாகப் பலநூறு கல்வெட்டுகள் இங்குக் கிடைக்கப் பெற்றுள்ளன.

குறிப்பாக, 'கில்காமேஷ்' காப்பியம், விவிலியம் குறிப்பிடுகிற நோவா வெள்ளக் கதையை விரிவாகப் பேசுகிறது. அதேபோல் இங்கு கிடைக்கப்பெற்ற பல கல்வெட்டுகள் வழி விவிலியத்தின் உலகப் படைப்பு குறித்தும், ஆதாம் ஏவாள், ஏதேன் தோட்டம் ஆப்ரஹாம் கதை என்று அனைத்திற்குமான பல சான்றுகள் கிடைத்துள்ளன. சுமேரியப் பண்பாட்டில், வரலாற்றில் நீர், நிலம், காற்று, ஆகாயம், நெருப்பு என்ற ஐம்பூதங்கள் அனைத்திற்கும் வெவ்வேறு கடவுளர்கள் உள்ளனர். யூத மதம் உருவானபோது ஓரிறைக் கோட்பாடு உருவாக்கப்பட்டது. ஓரிறைக் கோட்பாட்டிற்குள் அனைத்துத் தெய்வங்களும் ஒருங்கிணைக்கப்பட்டு, ஒரே கடவுளாகவும் அவரே எலோகிம் (Elohim) கடவுளாகவும் ஏற்கப்பட்டார்.

பின்னாளில் பழைய ஏற்பாட்டின் மூலம் ஏலோகிம் (Elohim) என்ற கடவுள் பிதாசுதன், பரிசுத்த ஆவியான மூவருள் முழுமுதற் கடவுளாகப் போற்றப்படுகிறார். ஆதியாகமம், தொடங்கிப் பல இடங்களில் ஏலோகிம் குறிப்பிடப்படுகிறார். மேலும் இயேசு சிலுவையில் அறையப்பட்டு மரணிக்கும் நேரத்தில், "ஏலோய்,

ஏலோய் லாமா சபக்தானி" என்று அழைப்பார். (விவிலியம் மார்க் *15:34*) 'எல்' என்ற சொல்லில் இருந்தே இப்பெயர் வந்ததாக மேலைநாட்டறிஞர்கள் கூறுகின்றனர்.

இப்படி, 'ஏலோய்' என்று அழைக்கப்படுகிற முழுமுதற் கடவுளின் பெயர் தூய தமிழாகும். 'எல்' என்ற சொல் சூரியனையும், பகலையும் குறித்தது பின்னர், 'சூரியன்' வழிபாட்டிற்கு உரியவன் ஆனபிறகு, 'இறைவன், கடவுள்' என்ற பொருளைக் குறித்து வந்தது. அதன்படி, எல் என்ற சொல் ஏ என்ற விகுதியைப் பெற்று ஏலே அல்லது ஏலோய் என்றானது. இதன்படி ஏலே, ஏலே என்றால், இறைவா, இறைவா என்பதுதான் பொருளாகும். விவிலியத்தின் தமிழ் மொழிபெயர்ப்பிலும், இறைவா, இறைவா ஏன் என்னைக் கை நெகிழ்ந்தீர்' என்றுதான் தமிழாக்கம் செய்துள்ளனர்.

படைப்புக் கடவுளான ஏலோகிம் உருவாக்கிய முதல் மனிதனின் பெயர் 'ஆதாம்' என்றும் முதல் பெண்ணின் பெயர் ஏவாள்' என்றும் விவிலியம் கூறுகிறது. வாசித்தறியப்பட்ட சுமேரிய எழுத்துப் பலகைகளின் வழியாகவும் சுமேரிய, பாபிலோனிய தொன்மக் கதைகளின் அடிப்படையிலும் ஆதாமின் பெயர் ஆதப்பா (ADAPA) எனக் குறிப்பிடப்பட்டுள்ளது. ஆதம்+ஆப்பன்=என்கிற சொற்களின் இணைப்பே 'ஆதப்பா' என்றாகியிருக்கிறது. ஆதம் என்ற சொல் 'ஆதி' என்ற சொல்லின் வழியே வந்ததாகும். ஆதி என்றால் முதல், தொடக்கம் என்பது பொருளாகும். இதன்படி ஆதம் +அப்பன் என்பதற்கு, முதல் தந்தை என்று பொருள் கொள்ளலாம்.

முதல் தாயான 'ஏவாள்' என்ற பெயர்ச் சொல்லின் மூலச் சொல் ஆயா' (haya) என்பதாகும். ஆயா (haya) என்ற சொல் சுமேரிய மொழி சொல்லாகும். இந்தச் சுமேரியர் சொல்லே ஹீப்ரு மொழியில் ஹவ்வா (hawwah) என்றாகி ஆங்கிலத்தில் ஈவ் (eve) என்றாகி தமிழில் ஏவாள் என்றாகி உள்ளது. தமிழர் பண்பாட்டில் நாம் தாயையோ, பாட்டியையோ ஆயா (aya) என்று அழைப்பதுதான் வழக்கம். இந்த, 'ஆயா' என்ற சொல்லின் மூலச்சொல் 'யாய்' என்பதாகும். இந்த 'யாய்' என்ற சொல்லே ஆயா என்று மருவியுள்ளது.

யாயும், ஞாயும் யாரோகியரோ? என்ற குறுந்தொகையின் நாற்பதாவது பாடலை இங்கே நினைவில் கொள்வோம் இங்கே 'யாய்' என்பது தாயைக் குறிக்கிறது. அப்படியானால் ஆயா என்ற தமிழ்ச்சொல் சுமேரியர் நாகரிகத்திற்கு எப்படிச் சென்றிருக்க முடியும்?

இசுரவேலர்களின் முதல் தலைவராக விவிலியத்தில் குறிப்பிடப்படும் ஆபிரகாம் 'ஊர்' என்ற நகரத்தைச் சேர்ந்தவர். இந்த ஊர் நகரத்திலிருந்தே தமது மக்களை 'காணான் தேசம்' நோக்கி அழைத்துச் சென்றார். இந்த ஊர் நகரம் சுமேரியர் நாகரிகத்தில் குறிப்பிடப்படும் ஊரே என்று குறிப்பிடுகின்றனர் விவிலிய ஆய்வாளர்கள். அதுவரைத் தாங்கள் கண்டிராத தேசத்திற்கு காணான் தேசம் என்றும் பெயரிட்டுள்ளனர்.

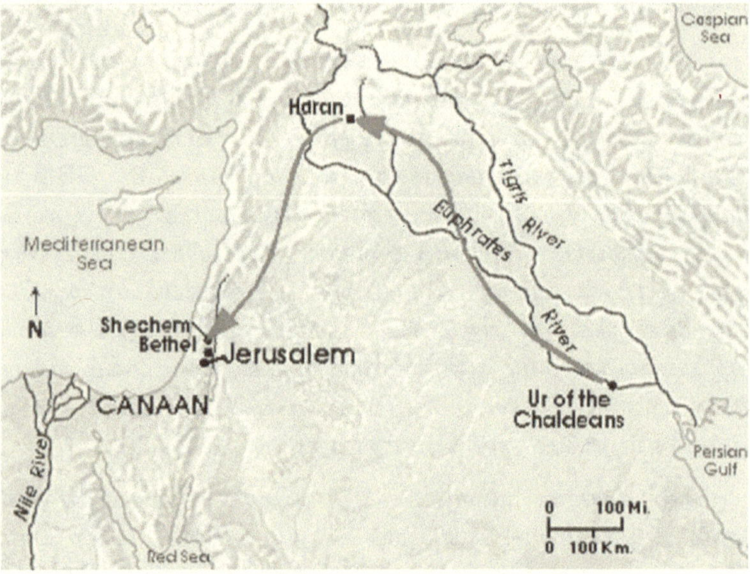

ஆபிரகாமின் காணான் தேசப் பயணம்

விவிலியத்தில் 'ஏதேன் தோட்டம்' குறிப்பிடப்படுகிறது. இந்த 'ஏதேன்' தோட்டத்தில்தான் கடவுள் ஆதாமையும் (Adappa) ஏவாளையும் (haya) படைத்தார். (ஆதியாகமம் 13:10). ஏதேன் என்பதற்கு அகாடிய மொழியில் இடின்னு (Edinnu) என்றும், சுமேரிய மொழியில் இடின் (Edin) என்றும் குறிப்பிடப்படுகிறது. இந்த 'இடின்' என்ற சொல் 'இடன்' என்ற தமிழ்ச் சொல்லின்

திரிபே என்கிறார் சுமேரிய ஆய்வாளர் ம. சோ.விக்டர். 'இடம்' என்பதின் ஈற்றுப் போலியே 'இடன் ஆகும்.' 'இடம்' (இடன்) என்ற சொல்லிற்கு வளமான, சிறப்பான 'நிலம்' என்பது பொருளாகும். சுமேரிய கல்வெட்டுகளில் குறிப்பிடப்படும் 'இடின்' என்ற சொல்லும் விவிலியம் குறிப்பிடுகிற ஏதேன் என்ற சொல்லும் ஒன்றேயாகும்.

இயேசுவின் தாய்மொழி 'அராமைக்' என்பதாகும். அறம்+வாய் என்பதே 'அறமாய்' என்றாகியுள்ளது என்று மொழியியல் ஆய்வாளர்கள் குறிப்பிடுகின்றனர். 'அறம்' என்ற சொல்லே 'ஆபிரகாம்' என்ற பெயருக்கு மூலச் சொல்லாகும். 'அறமாய்க்' மொழியில் ஏராளமான தமிழ் சொற்கள் காணப்படுகின்றன. குறிப்பாக அம்மா, அப்பா என்கிற உறவுச் சொற்கள் 'அறமாய்க்' மொழியில் உள்ளதை இணையத்தின் வழி நாம் அறியலாம். இந்த அம்மா என்ற சொல் அம்பா (amba) என்ற சமஸ்கிருதச் சொல்லில் இருந்தும் அப்பா என்ற சொல் அல்பா (alpa) என்ற சமஸ்கிருதச் சொல்லின் வழியே வந்ததாக ஐரோப்பிய ஆய்வாளர்கள் குறிப்பிடுகின்றனர். ஆனால் இதன் வேர் சொல் தமிழ் என்பது நாம் அறிந்ததே.

தமிழ் மொழியைப் பற்றி அறிந்திராத ஐரோப்பியர்கள் பலரும் அறிவின் நீட்சிக்கான மூலம் அனைத்தும் சமஸ்கிருதத்தில் இருந்தே உலகிற்குக் கிடைத்ததாக எண்ணுகின்றனர். இதன் மூலம் உலக வரலாற்றை மாற்றியும், புரட்டியும் எழுதி வருகிற அவலமே நடந்தேறுகிறது.

விவிலியத்தின் பழைய ஏற்பாடு கூறும் நோவா வெள்ளக்கதை மிகவும் சுவையானதாகும். உலகில் மனிதர்கள் பெருகப் பெருக உலகில் பாவச் செயல்களும், பொல்லாத செயல்களும், கடவுளுக்கு எதிரான செயல்களும் பெருகியது. இதைக் கண்டு மனம் வெதும்பிய இறைவன் இவர்களைப் பூமியில் இல்லாதபடி அழித்தொழிக்க நினைத்தார். அப்போது இம்மக்களுள் நோவா எனும் மனிதர் மட்டுமே நேர்மையாளராகவும், நீதிமானாகவும், கடவுளுக்கு அஞ்சியவராகவும் வாழ்ந்து வந்தார்.

எனவே கடவுள் இவரது கனவில் தோன்றி, வெள்ளப் பெருக்கால் உலகத்தை விரைவில் அழிக்கப் போவதாகவும் அதனால் பெரிய படகொன்றைச் செய்து அவற்றுள் நல்ல

விலங்குகளில் இருந்து ஏழு சோடிகளையும், தகாத விலங்குகளில் இருந்து ஒரு சோடியையும், ஊர்வன பறப்பன என்று பல உயிர்களையும் சேர்த்துக் கொண்டு தன் குடும்பத்தாரோடு பிழைத்துக்கொள் என்று கூறுகிறார்.

கடவுளின் வார்த்தைக்குக் கட்டுப்பட்டு நோவாவும் செய்து முடிக்க நாற்பது நாட்கள் இரவும் பகலுமாக மழை தொடர்கிறது. வெள்ளப் பெருக்கால் பூமியும், பூமியில் உள்ளவைகளும் அழிந்து போகின்றன. நூற்றைம்பது நாட்களுக்குப் பின் நீர் மட்டம் குறைய நோவா, படகை விட்டு வெளியில் வந்தார் என்று விவிலியத்தின் ஆதியாகமம் 6,7,8 அதிகாரங்களில் இக்கதை கூறப்படுகிறது.

விவிலியம் கூறும் இக்கதையானது உலகின் முதல் காப்பியமாகச் சொல்லப்படுகிற, சுமேரு மொழியில் எழுதப்பட்டிருந்த ஆதி காவியமான, கில்காமேஷ் எனும் காப்பியத்தில் இருந்து எடுக்கப்பட்டுள்ள கதையாகும். பதினான்கு களிமண் தட்டுகளில் எழுதப்பட்டுள்ள இக்காப்பியத்தில் பதினோராவது களிமண் தட்டில் இக்கதை எழுதப்பட்டுள்ளது. இக்கல்வெட்டு கூறும் வெள்ளக்கதை மிகவும் சுவையானதாகும்.

கில்காமேஷ் காப்பியத்தின் 11வது கல்வெட்டு

பூமியில் மனிதர் கூட்டம் அதிகரிக்க மக்களின் ஆரவாரமும், கூச்சலும், பாவச் செயல்களும் அதிகரிக்கிறது. இதனால் கடவுளர்கள் உறக்கம் இன்றி துன்புறுகின்றனர். எனவே கடவுளர்கள் கூடி உலகையும், உலக மக்களையும் பெருவெள்ளத்தால் அழித்து விட முடிவு செய்கின்றனர். ஆனால் ஈஆ (Ea) எனும் கடவுள் மட்டும் 'உத்தனப்பிஷ்ட்' எனும் நேர்மையான மனிதரிடம் தோன்றி, பெரும் படகொன்றைச் செய்து அதில் உலக உயிர்கள் அனைத்திலும் இருந்து ஒரு சோடியைத் தேர்ந்தெடுத்துக் கொள். உன் உறவினர்களையும், வேலையாட்களையும் படகில் ஏற்றிப் பிழைத்துக்கொள் என கூறினார்.

உத்தன பிஷ்டும் கடவுள் சொல்லிக்கொடுத்த அளவின்படியே படகையும் செய்து கொண்டு அதில் உயிர்களையும் ஏற்றிக்கொண்டு பெருவெள்ளத்தில் இருந்து தப்பிப் பிழைத்தார் என்று சுமேரியர் வெள்ளக் கதை கூறுகிறது. சுமேரியர்களால் எழுதிப் பாதுகாக்கப்பட்டு வந்த கில்காமேஷ் காப்பியத்தில் இருந்து எடுக்கப்பட்ட இவ்வெள்ளக் கதையே நோவா வெள்ளக்கதையாக விவிலியத்தில் குறிக்கப்பட்டுள்ளது. இங்கு நோவா என்ற சொல்லே நாவாய் என்ற தமிழ்ச் சொல்லின் திரிபாகும். இதன்படி சுமேரியர் நாகரிகத்திற்கும் தமிழகத்திற்கும் நெருங்கிய தொடர்புள்ளது. சுவாமி விவேகானந்தர் கூறியுள்ளபடி விவிலியம் உருவாகத் தமிழர்கள் காரணமாக இருந்திருக்கிறார்கள் என்பதையும் நம்மால் அறிய முடிகிறது.

4

மாயன்கள் செய்த மாயங்கள்!

டிசம்பர் 21, 2012 ஐ நாம் மிகஎளிதில் மறந்துவிட முடியாது. உலகெங்கும் மிக பரபரப்பாகப் பேசப்பட்ட நாள்கள் அது. மாயன் நாகரிகத்தின் மிகச் சிறந்த கண்டுபிடிப்பான மாயன் காலண்டர் (நாட்காட்டி) டிசம்பர் 21, 2012 உடன் முடிவடைவதால் உலகமே அழியப்போகிறது என்கிற செய்தி உலகையே உலுக்கிப் போட்டதை நாம் அறிவோம். படித்தவர் முதல் பாமரர் வரை அனைவராலும் பரபரப்பாகப் பேசப்பட்ட செய்தியாகவும், ஊடகங்களின் தலைப்புச் செய்தியாகவும், மாறிப்போன அந்நாட்களை நாம் அவ்வளவு எளிதில் மறந்துவிட முடியுமா?

மாயன் நாகரிகப் பகுதிகள்

இத்தகைய பரபரப்பிற்குரிய மாயன் நாகரிகத்தின் சொந்தக்காரர் யார் என்ற கேள்வி எல்லோர் மண்டையையும் குடைந்தது போல் என் மூளைக்குள்ளும் ஆயிரமாயிரம் கேள்விகளை எழுப்பச் செய்தது. இதன்மீது பல்வேறு வாதப் பிரதிவாதங்கள் பேசப்பட்டது. ஒவ்வொரு நாகரிகத்தினரும் இந்நாகரிகத்திற்கு உரிமை கொண்டாடினர். தமிழ்த் தொலைக்காட்சிகளும் இந் நாகரிகத்தைத் தமிழ் நாகரிகத்தோடு தொடர்பு படுத்தியும் செய்திகள் வெளியிட்டன.

ஆனால் இந்நாகரிகம் ஏதோவொரு காரணத்தால் திடீரென அழிக்கப்பட்டதாகவும் அல்லது அழிந்து போனதாகவும் கூறப்படுகின்றது. யார் அழித்தது? அழிவிற்கான காரணம் எது? என்பன போன்ற கேள்விகள் தொடர்ந்து எழுந்த வண்ணம் இருக்கின்றன. இந்நாகரிகத்தார் யார்? என்பதை இன்றளவும் அறிய இயலவில்லை. இன்றைக்கு மறைந்துபோன நாகரிகங்களுள் ஒன்று என்றளவில் மட்டும் உலகச் செய்திகளாக இருந்து வருகின்றன.

மறைந்துபோன இந்நாகரிகத்தின் இருண்ட பக்கங்களை வெளிச்சத்திற்குக் கொண்டு வரும் மிக முக்கிய ஆவணம் ஒன்று இவ்வுலகின் வெளிச்சத்திற்கு வராமல் போனதுதான் காலத்தின் கொடுமையாகும். கி.பி.1562 ஆம் ஆண்டு சூலை மாதம் உலக நாகரிகங்களுள் மகத்தான இடம் பெற்றிருந்த மாயன் நாகரிகம் அழிந்துபோன துயரத்தின் கருப்பு நாட்கள் அவையாகும்.

மாயன் நாகரிகத்தின் ஒட்டு மொத்த வரலாற்றுப் பெருமைகளும், பண்பாட்டுப் பெருமைகளும் கலை இலக்கிய வளங்களும், அறிவின் மேன்மையும், வழிபாட்டுச் சிறப்புகளும், வானியல் சிறப்பும் ஒருசேரப் புதைக்கப்பட்டு, முற்றிலுமாய் அழிக்கப்பட்ட கொடுந்தினங்கள்தான் 1562 ஆம் ஆண்டு சூலைத் திங்களாகும். ஆனால் இவ்வுண்மையை அறியாதவர்கள் மாயன் நாகரிகத்தை இருண்ட நாகரிகம் என்றும் இவர்களை அறியப்படாத ஆதிவாசிகள் என்றும், ஆரிய நாகரிகம் என்றும் எழுதியும், பேசியும் வருவதுதான் வேடிக்கையானதாகும்.

இச்செய்தியறிவதற்கு முன், மயன் அல்லது மாயன் நாகரிகம் குறித்தான சில அடிப்படைச் செய்திகள் குறித்து அறிந்து கொள்வோம். அமெரிக்கத் துணைக் கண்டம் அறியப்படாததற்கு

முன்பே இக்கண்டத்தின் பூர்வீகக் குடிகளாக வாழ்ந்தவர்கள் மாயன்கள். சுமார் 42,000 ஆண்டுகளுக்கும் 17,000 ஆண்டுகளுக்கும் இடைப்பட்ட காலத்திலேயே ஆசியாவில் இருந்து குடியேறிய அமெரிக்கப் பழங்குடிகள் என்று அமெரிக்கக் கண்டத்தைப் பற்றிய விக்கிப்பீடியா செய்தி குறிப்பிடுகிறது.

வடக்கே அமெரிக்க ஐக்கிய நாடுகளையும் தெற்கிலும், மேற்கிலும் பசிப்பிக் பெருங்கடலையும், கிழக்கே மெக்ஸிகோ வளைகுடாவையும் கொண்டிருக்கிற இன்றைய மெக்ஸிகோவின் தெற்கிலும், அதற்கும் தெற்கே அமைந்துள்ள இன்றைய பெலிஸ், கவுதமாலா குடியரசுகளையும், அதற்கும் அருகிலுள்ள எல்சால்வடார் மற்றும் ஹொண்டுராஸ் நாடுகளையும் உள்ளடக்கிய பெரும் பகுதியே மயன் நாகரிகத்தாரின் பூர்வப் பூமியாகும்.

மாயன் நாகரிக எல்லைகள்

கி.மு.3000த்திற்கும் கி.பி.1200த்திற்கும் இடைப்பட்ட காலத்தில் சிறந்து விளங்கிய இந்நாகரிகம் பிற்காலத்தில் பெரும் பேரழிவைச் சந்தித்துள்ளது. இருப்பினும் அதன் நீட்சியாக இருந்த மரபுகளும், மக்களும் அழிக்கப்பட்டது. ஸ்பெயின்

நாட்டாரின் படையெடுப்பில்தான். மிச்சம் எச்சமிருந்த அதன் எச்சங்களும் முற்றிலுமாய்த் துடைத்தெறியப்பட்ட நாள்கள்தான் 1562 ஆம் ஆண்டு சூலைத் திங்களாகும்.

மாயன் நாட்காட்டி ஒன்றே அவர்களின் வானியல் அறிவிற்கும், கணித அறிவிற்கும் நுட்பமான சான்றாகும். ஓர் ஆண்டிற்கு 365 நாட்களை வகுத்து அதை 2000 ஆண்டுகளுக்கும் மேலாகப் பயன்பாட்டில் வைத்திருந்த அறிவின் கூட்டமே இவர்கள்.

பெரும் நிலப்பரப்பில் பரவியிருந்த இவர்கள் எடுப்பித்துள்ள கலைநயமிக்க கட்டுமானங்கள் உலகில் வேறெந்த நாகரிகத்திலும் காணமுடியாத அளவிற்கு நிறைந்து கிடப்பதே இவர்களின் கலைத்திறனுக்குத் தக்க சான்றாகும்.

ஏறக்குறைய நாற்பதுக்கும் மேற்பட்ட நகரங்களில் எழுப்பப்பட்டுள்ள வானளாவிய கட்டுமானங்கள் அனைத்தும் பல்லாயிரம் ஆண்டுகளுக்குப் பிறகும் இன்றளவும் நிலைத்து நிற்பதே வியப்பின் சரித்திரக்குறியீடாகும்! கிடைத்திருக்கிற கலைநயமிக்க பானைகள், சிற்பங்கள், ஓவியங்கள், கலைப்பொருட்கள் அனைத்தும் வியக்கத்தக்கதாக உள்ளன. அறிவியல் தொழில் நுட்பம் வாய்ந்த இக்காலத்தில்கூட இத்தகைய நுட்பமான கலைநயமிக்க பொருட்களை உருவாக்க முடியுமா? என்பதும் கேள்விக்குறியே!

இவர்கள் விவசாயத்திலும், வணிகத்திலும் போர்க் கலைகளிலும் சிறந்து விளங்கியுள்ளனர். இவர்களின் வழிபாட்டு முறைகளும், இவர்கள் தம் கடவுளர்களுக்கு எடுப்பித்துள்ள கோயில்களும், விழாக்களும் இந்நாகரிகத்தின் அடையாளமாய் இன்றளவும் போற்றப்படுகிறது. இயற்கையை இவர்கள் போற்றிய பாங்கும் இதற்கென இவர்கள் எடுத்த விழாக்களும் குறிப்பிடத்தக்கதாகும். மரங்களை வளர்க்கவும், பாதுகாக்கவும் மரம் நடுவதையே மிகப்பெரிய விழாவாக எடுப்பித்துள்ளனர்.

'மயன்' அல்லது 'மாயன்' என்னும் சொற்கள் தமிழ்ச் சொற்களாகும். மயன் என்பவன் அசுரர்களின் தலைமைச் சிற்பியாவான். அதாவது மயனை "அசுரத்தச்சன்" என்கிறது தமிழ் அகரமுதலி. "மயன் விதித்தன்ன மணிக்கால் மணிமிசை" என்கிறது சிலப்பதிகாரம். அப்படியானல் அசுரர்கள் யார்? என்ற கேள்வியும் உடன் எழுகிறதல்லவா? விஞ்ஞானத்தின்

அடிப்படையில் அல்ல வேதங்கள் கூறும் நிற அடிப்படையில் அசுரர் என்பவர்கள் கருப்பர்களாகிய திராவிடர்கள்! தமிழர்கள்! அப்படியானால் 'மயன்' என்பவன் தமிழ்ச் சிற்பிகளின் தலைமைச் சிற்பி ஆவான் மயம் என்பது சிற்பநூல்கள் முப்பத்திரண்டனுள் மயனால் எழுதப்பட்ட ஒன்றாகும். மயனூல் ஒன்றே மிகச் சிறந்த சிற்ப நூல் ஆகும்.

மாயன் என்று சொன்னாலும் அஃதும் தமிழே. மாயன் என்றால் கரியன் என்பது பொருளாகும்."வண்ணமும் மாயனவனிவன் சேயன்" என்கிறது தொல்காப்பியம். (தொல். பொருள்:307) மாயன் என்பது சங்ககால முல்லை நிலக் கடவுளான திருமாலின் பெயராகும். "நீர் செல நிமிர்ந்த மாஅல் போல" என முல்லைப்பாட்டு திருமாலைக் குறிப்பிடுகிறது. எனவே மயன் அல்லது மாயன் என்று எப்படிச் சொன்னாலும் இஃதும் தமிழே என்பதை நாம் உணர வேண்டும்.

இன்றைய மெக்ஸிக்கோவின் மிக முக்கிய மாகாணம் யுகாட்டன் மாகாணமாகும். இந்த யுகாட்டன் மாகாணத்தில் அமைந்திருந்த மாயன்களின் மிக முக்கிய நகரம் 'மாயவன்' நகரமாகும். இன்று இந்நகரம் மாயபன் (*Mayaban*) என்று அழைக்கப்படுகிறது.

இந்நகரத்தின் பெயர் கொண்டே இந்நாகரிகத்தாரை, “மாயன்கள்” என்று அழைத்திருக்க வேண்டும். இந்த யுகாட்டன் மாநிலத்தில் அமைந்துள்ள மற்றொரு நகரம், 'மெரிடா' என்பதாகும். மெரிடா என்பது மதுரா (மதுரை) என்பது போல் தோன்றுகிறதா? ஆம்! மதுரா என்பது நமது மதுரையின் பழைய பெயராகும். இம்மெரிடாவில் இருந்து தென்கிழக்காக 55கி.மீ தூரத்தில் அமைந்துள்ள அடுத்த நகரத்தின் பெயர் 'மாமா' என்னும் நகரமாகும். மெக்ஸிகோவின் 106 நகராட்சிகளில் ஒன்றாக இன்றும் இந்நகரம் விளங்குகிறது.

மாயன்களின் வரலாற்றையே தன்னுள் புதைத்துக் கொண்டு மாயன்களின் மவுனச் சாட்சியாய் விளங்குகிற சிறுநகரமே மணி (*Mani*) என்னும் நகராகும். இஃதும் தமிழ்ப்பெயரே. இப்பெயர்கள் எல்லாம் பல்லாயிரம் மைல்களுக்கு அப்பால், பல்லாயிரம் ஆண்டுகளுக்கு முன்பாக எப்படிச் சென்றிருக்க முடியும்?

இன்று நம் பிள்ளைகளுக்கு வேறு எந்தெந்த மொழிகளிலோ பெயர் வைக்கிறோம். இது இன்றைய காலக்கொடுமை. ஆனால் அன்றைக்குப் பிற தேசம் போனவர்கள் தமது மண்ணுக்குப் பெயர் வைக்கும்போது, தம் தாய் மண்ணையும், தாய் மொழியையும் நினைவுபடுத்தும் விதமாக தமது தாய் நிலத்தின், தாய் கடவுளர்களின் பெயர்களை வைப்பதுதான் தமிழர் மரபாகும்.

நமது முன்னோர்கள் இடம் பெயரும்போது பிடிமண் எடுத்துக் கொண்டு, குலசாமி அடையாளத்தோடு வேறிடம் சென்று வாழ்ந்ததையும், வாழ்வதையும் நாம் இன்றும் பார்க்க முடிகிறது. இன்றைக்கும் நமது குலசாமி அடையாளத்தை வைத்தே நமது பூர்வீகத்தை அறிந்து கொள்ள முடிகிறதல்லவா?

இப்படியாகத்தான் மாயன்களும் தம் தாய் மண் நினைவாகவும், தமது தெய்வங்களின் அடையாளமாகவும் தம் சென்றடைந்த நிலத்திற்கும், ஊர்களுக்கும் தமிழ்ப் பெயர்களை வைத்திருக்க வேண்டும். இப்படியான ஊர்ப்பெயர்கள் இன்றும் நூற்றுக் கணக்கில் இங்குக் காணப்படுவதோடு அப்பெயர்கள் எல்லாம் இன்று மருவியும் மாறியும் விளங்குவதையும் காணமுடிகிறது.

மெக்ஸிகோவில் உள்ள மேலும் சில நகரங்களைப் பற்றி அறிய வருவோம். பேகன் என்பது மற்றொரு நகரமாகும். தமிழில் பேகன் என்பவன் கடையெழு வள்ளல்களுள் ஒருவன். வள்ளடோலிட் என்பது மாயன்களின் மற்றொரு நகராகும். தமிழில் வள்ளம் என்பதற்குத் தோணி என்பது பொருளாகும். வள்ளக்கடவு என்பது தோணிகள் நின்று போகும் படகுத்துறையாகும். இதன் அடிப்படையில் வள்ளடோலிட் என்ற பெயர் எழுந்திருக்கலாம்.

'கோபன்' என்பது இன்னுமொரு நகரம், கோவன் என்பதே கோபன் என்று மருவியுள்ளது. கோவன் என்றால் இடையன், அரசன் என்பது தமிழில் பொருளாகும். கோவன் புதூர் என்பதே இன்று கோயம்புத்தூர் என வழங்கப்படுகிறது. 'உக்ஸ்மால்' என்னும் நகரம் யுகாட்டன் மாகாணத்தின் முக்கிய நகரம். மிக உயரமான மலையில் அமைந்துள்ளதோடு உயரமான கட்டுமானங்களைக் கொண்டுள்ள நகராகும். 'மால்' என்பது பல பொருள்களைக் கொண்ட தமிழ்ச்சொற்களாகும். மால் என்பது திருமாலைக் குறிக்கும் சொல்லாகும். யுகாட்டன்

மாகாணத்தில் எண்ணற்ற ஊர்ப்பெயர்கள் தமிழ்ப் பெயர்களாக உள்ளதைக் காணமுடிகிறது.

1502இல் கிறிஸ்டோபர் கொலம்பஸ் அமெரிக்காவைக் கண்டுபிடித்தபின், 1517இல் ஸ்பானியர்கள் யுகாட்டன் மீது தம் முதல் படையெடுப்பைத் தொடுத்தார்கள். பல ஆண்டுகள் தொடர்ந்த முயற்சிகளுக்கும், வெற்றித் தோல்விகளுக்கும் பின்னால் 1530ஆம் ஆண்டுகளில் மாயன்களின் ஒவ்வொரு நகரும் வீழ்த்தப்பட்டது.

மாயன்களும் வீழ்ந்தனர். அடுத்த வேலையாக மிச்சம் எச்சம் இருந்தவர்களை மதமாற்றம் செய்யும் முக்கிய வேலையையும் செய்ய தொடங்கினர். இவ்வேலையைச் செய்வதற்குப் பொருத்தமானவராக அனுப்பப் பட்டவர்தான் ஆயர், டிகோ டி லாண்டா (Diego De Landa) 1542 ஆம் ஆண்டு மணி நகரத்தின் ஆயராகப் பொறுப்பேற்றுக் கொண்ட இவர் இங்கிருந்த மாயன்களை எல்லாம் ரோமன் கத்தோலிக்கர்களாக மதமாற்றம் செய்யும் அரும்பணியைச் செய்து முடித்தார்.

ஆனால் மதமாற்றம் செய்து முடித்தாலும் இவர்கள் தம் பாரம்பரியத்தையும், பண்பாட்டையும் விட்டுக்கொடுக்கத் தயாரில்லை. எனவே இவர்கள் மீண்டும், மீண்டும் தம் பாரம்பரிய வழிபாட்டுக்குள்ளே வாழத்தலைப்பட்டனர். இதனால் கோபமும் வெறுப்பும் கொண்ட லாண்டா செய்த வேலைதான் கொடுமையிலும் கொடுமையாகும். போர்களில் இழந்தவைகள் போக மாயன்களிடம் மிச்சம் இருந்தது இவர்களது பிரமாண்டமான கோயில்களும், கடவுளர்களுமே கோபமுற்ற லாண்டா உடனடியாக இக்கோயில்களில் இருந்த சிலைகளையும், சிற்பங்களையும், நூல்களையும் உடைத்து, சிதைத்து, எரித்து அழித்துப் போட்டதுதான் கொடுமையாகும். பல்லாயிரம் ஆண்டுகளாய்ப் பாதுகாக்கப்பட்டு வந்த ஒரு பண்பாட்டு சமூகத்தின் அடையாளம் முற்றிலுமாய் அழித்துச் சிதைத்து நாசம் செய்யப்பட்ட நாள்தான் 1562 ஜீலைத்திங்களாகும்.

மாயன்களைப் பார்த்து, சந்தித்து, உறவாடி வாழ்ந்த ஒரே நேரடி சாட்சியம் டிகோ டி லாண்டாதான் (Diego De Landa). இக்காரியம் செய்ததற்காய் ஸ்பெயின் அரசு இவரைத்

திரும்ப அழைத்து விசாரணை செய்தது. மிகக் கடுமையான கண்டனத்திற்குப் பின் இவர் மீண்டும் மணி (*Mani*) நகரத்தை வந்தடைந்து பொறுப் பேற்றுத் தம் மரணம் வரை இங்கேயே இருந்து பணியாற்றியுள்ளார்.

ஆயர் டிகோ டி லாண்டா

பின்னாளில் இக்காரியம் செய்ததற்காக வருத்தமுற்ற இவர் ஸ்பெயின் மொழியில் எழுதிய நூலை, *YUCATAN, BEFORE AND AFTER THE CONQUEST* என்ற பெயரில் வில்லியம் கேட்ஸ் என்ற எழுத்தாளர் ஆங்கிலத்தில் மொழிப்பெயர்த்தார். மாயன்களுடன் வாழ்ந்த நேரடி சாட்சி லாண்டா தான். இந்நூல் முழுமையிலும் இவர் மாயன்களைக் குறிப்பிடும் போது இந்தியர்கள் என்றே குறிப்பிடுகிறார். "இவர்களது மொழி இந்தியர்களின் மொழியைப் போன்றே உள்ளது.இவர்களது தோற்றம், நிறம் எல்லாம் இந்தியர்களைப் போன்றே உள்ளது என்றும் இவர் குறிப்பிடுகின்றார்.

மேலும் மெக்சிகோவிற்குக் கீழ் அமைந்துள்ள பெலிஸ் நாட்டில் வாழும் மற்றொரு மக்கள் இனத்தின் பெயர் சேராஸ்

என்பதாகும். இன்றைக்கும் கடற்கரையோர மலைப் பகுதியில் அமைந்துள்ள இந்நாட்டு மக்கள் தம் பெயருக்கு முன் பின்னதாகச் சேரோ *(Cerro)* என்ற பெயரைத் தம் குடும்பப் பெயராக வைத்துக் கொள்வதைக் காணமுடிகிறது. தமிழகத்தின் சேர நாட்டைப் போலவே இம்மக்களும் விவசாயத்தையும், மீன் பிடித்தலையும், வணிகத்தையும், முதன்மைத் தொழிலாகச் செய்து வருவதையும் அறிய முடிகிறது.

அதேபோல் மெக்சிகோவின் குயிண்டனா மாநிலத்தில் அமைந்துள்ள மற்றொரு நகரம் 'சேட்டுமல்' *(Chetumal)* என்பதாகும். கடற்கரையோரத்தில் சேறும் மணலுமாக அமைந்த சேற்று மணல் என்பதன் காரணமாகவே இந்நகரம் 'சேட்டுமல்' *(Chetumal)* என்றாகி இருக்கிறது. நமக்கான மிக முக்கியமான சான்று இவர்களின் வழிபாட்டு முறையாகும்.

இம்மாயன் நாகரிகம் வளர்ந்து செழித்தோங்கிய இடங்கள் எல்லாம் இன்றைக்கும் மெக்சிகோ, பெலிஸ், கவுதமாலா, ஹோண்டுராஸ், எல்சால்வடார், என்று பல நாடுகளாகப் பிரிந்து

சிதைந்து கிடக்கின்றன. இங்கெல்லாம் 'எல்' என்ற பெயரோடு ஊர்ப்பெயர்களும். இவர்களின் கடவுளர் பெயர்களும் இணைந்தே காணப்படுகின்றன.

எல் கார் கோயில்

சான்றாக எல் சால்வடார் போன்ற ஊர்ப் பெயர்களையும். எல் காஸ்டிலோ, எல் காரகோல், எல் பிலர், என்ற பெயரில் பல நூறு மாயன் கோயில்களையும் இன்றும் இங்கே காணலாம். எனில் 'எல்' என்ற தமிழ் சோல்லின் வழியே இவ்வூர்ப் பெயர்கள் வழங்கப்பட்டுள்ளன. இன்றைக்கு இப்பகுதி மக்கள் பேசுகிற முக்கிய மொழிகள் ஆங்கிலமும், ஸ்பெயின் மொழியுந்தான். எனவே இம்மொழிகள் வாயிலாக இச்சொல்லுக்குப் பொருள் அறிவது அவசியம்.

'எல்' என்ற சொல்லிற்கு ஸ்பெயின் மொழியில், *the one* என்பதாகும், ஆங்கிலத்தில் சிகாகோ நகரத்தின் ரயில் நிலையத்தைக் குறிக்கும் சொல்லாகக் கூறப்படுகிறது.

உலகின் பழமையான மொழிகளுள் ஒன்றான ஹீப்ரு மொழியில் பொருள் தேடினால் கடவுள் (*god, el, elol, eloah,elohin*) என்றும், அரபு மொழியில் வலிமை (*Strong*) என்ற பொருளும் குறிப்பிடப்படுகின்றன. ஆனால் தமிழில், 'எல்' என்பதற்குப் பொருள் சூரியன், கதிரவன் என்பதாகும்.

'எல்' என்பதற்கு நம் தமிழ் தரும் பொருள் சூரியன், கதிரவன், இறைவன் என்பதாகும். இதன்படி எல்லன், எல்லாளன், எல்லம்மா என்பது தமிழர்கள் தம் பிள்ளைகளுக்கு வைத்த பெயராகும். சூரியனைக் குறிப்பிடும் வகையில் இப்பெயர்களை வைத்துள்ளனர்.

ஈராயிரத்து ஐநூறு வருடங்களுக்கு முந்தைய சங்கப் பாடல்களில் 'எல்' என்ற சொல் பலமுறை வந்துள்ளதைச் சங்கப்பாடல்கள் வாயிலாக அறியமுடிகிறது. சான்றாகச் சில பாடல்கள்,

கல்லென் கானத்துக் கடமா ஆட்டி

எல்லும் எல்லினின்று ஞமலியும் இளைத்தன

என்ற குறுந்தொகை 179 ஆம் பாடலும்,

எல்லும் எல்லினின்று, அசைவுமிக உடையேன்

மெல்லிலைப் பரப்பின் விருந்து உண்டு

என்று கூறும் அகநானூற்றின் 110 ஆம் பாடலும் சூரியனை, வெளிச்சத்தை, பகற் பொழுதை, 'எல்' என்ற சொல்லால் சுட்டிக் காட்டுவதை அறியலாம்.

சரி 'எல்' என்கிற சூரியப் பெயருக்கும், மாயன்களுக்கும் என்ன தொடர்பு இருக்க முடியும்?

மாயன்களின் முதன்மையான கடவுள் சூரியன் என்கிற 'எல்' கடவுள்தான். இவர்கள் எடுப்பித்துள்ள பிரம்மாண்டமான பிரமிடுகளும், கோயில்களும் சூரிய கடவுளுக்கானவைகள்! இவர்கள் சூரிய வழிபாட்டையே தங்களுக்கான முதன்மை வழிபாடாகக் கொண்டுள்ளனர்.

இன்றும் இப்பிரமிடுகள் முழுதும் சூரிய முகமூடிகள் எண்ணற்றுக் காணப்படுகின்றன. இவர்கள் சூரியனையும் சந்திரனையும் தம் தெய்வங்களாக வழிபட்டு வந்துள்ளனர்.

அதேபோல் நாமும் சூரியனை நமது தெய்வமாகக் கொண்டாடுகிறோம். மேலும் பொங்கல் பண்டிகையில் சூரியப் பொங்கல் மூலம் சூரியனுக்குச் செய்யும் வழிபாடு வேறு கலாச்சாரங்களில் காணப்படாத ஒன்றாகும்.

மாயன்களைப் பல படங்களிலும். திரைப்படங்களிலும் ஆதிவாசிகளைப் போல் சித்தரித்து இருப்பதைப் பார்த்திருப்போம். ஆனால் இவர்கள் அறிவியல் துறையிலும், மருத்துவத் துறையிலும், வணிகத்திலும் சிறந்து விளங்கியுள்ளதை வரலாற்றின் மூலம் நாம் அறிய முடிகிறது. இவர்களின் தாய் மொழியாம் மாயன்' மொழி இன்றைக்கு நூற்றுக்கும் மேற்பட்ட மொழிகளாகச் சிதைந்து, கிளைத்து மருவிக் கிடக்கின்றன.

இன்றைக்கு மாயன் மொழிகள் மிக மோசமான அளவில் திரிந்து அதன் ஒலிப்பிலும், பொருளிலும் வெவ்வேறு மாற்றங்களைப் பெற்றுவிட்டன என்று மொழியியில் ஆய்வாளர்கள் கூறுகின்றனர். இதை மனதில் கொண்டு ஆராய்ந்தால் நமக்குப் பல உண்மைகள் விளங்கும்.

மாயன் மொழிகளை இரு வகைகளாக வகைப்படுத்தியுள்ளனர் ஒன்று யுகாட்டன் (Yucatan) பிரிவு மற்றொன்று சோழன் (Cholan) பிரிவு ஆகும். மெக்சிகோவின் 31 மாநிலங்களில் ஒன்றாகத் திகழ்வது, 'சியாபஸ்' (Chiyapas) மாநிலமாகும். இந்த 'சியாபஸ்' மக்கள் பேசும் மொழிதான் 'சோழன்' பிரிவாகும். இந்தச் சோழன் பிரிவு டிசிடலான் (Tzetalan) எனும் (Tamilan) பிரிவோடு தொடர்புடையது என்றும் இந்த டிசிடலான் மொழி, திலா, தும்பல, சபநில்லா போன்ற மக்கள் கூட்டத்தோடும் தொடர்புடையது என்றும் அறிஞர்கள் கூறுகின்றனர்.

இந்தத் திலா, தும்பல,சபநில்லா எனும் பெயர்கள் தமிழகத்தின் தோடர், தொலும்பர், தொதுவர் போன்ற மலைவாழ் மக்களின் பெயர்களோடு பொருந்தி வருகிறது. 'சோழா' எனும் சொல்லே சோழாஸ் என்றாகிப் பின் சியாபஸ் என்றாகி இருக்கலாம் என்று எண்ண தோன்றுகிறது.

மாயன்களின் வழிபாட்டு முறைகளுள் மிக முக்கிய கடவுளர்களாக கருதப்படுகிறவர்கள் ஐவராவர். ஏச்சுவா (Ek-chuah) சாம்னா (Zamna) சாக் (Chacc) குகூல்கன் (Kukul-can) இக்செல் (Ixchel) ஆகிய தெய்வங்களை முக்கியத் தெய்வங்களாக ஆய்வாளர்கள் குறிப்பிடுகின்றனர். இத் தெய்வங்களின் தோற்றம், பெயர், பண்பு ஆகியவற்றின் அடிப்படையில் ஆய்வு செய்தால் உலகிற்கு உண்மைகள் பலவற்றை உணர்த்தலாம்.

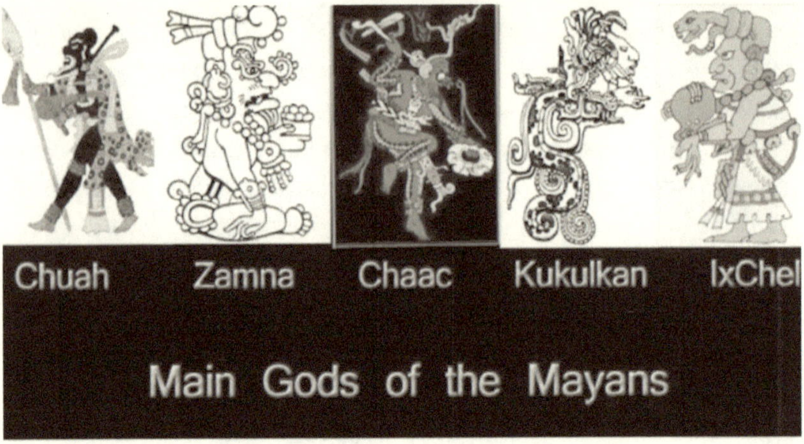

மாயன்களின் ஐந்து கடவுள்கள்

ஏச்சுவா என்பதை ஏக+சிவன் என்று பிரிக்கலாம். ஏக என்றால் ஒருவன் என்பதாகும். அதுவே வடமொழியில் 'ஏக்' என்றானது. சிவன் › சிவா › சுவா என்று மருவியிருக்கிறது. இதன் அடிப்படையில் ஏகசிவன் என்பதே ஏக்சுவா என்று மருவியுள்ளது. மேலும் சிவப் பெருமானின் தோற்றம் அலாதியானது. நீண்ட சடை உடையவன். அதனாலேயே சிவனது மற்றொரு பெயர் கேசவன் என்பதாகும். கேசம் = கேஷம் என்றாயிற்று. கேஷம் என்றால் வடமொழியில் கூந்தல் என்று பொருள்.

அடுத்து சிவன் கரிய நிறம் கொண்டவன். இடையில் புலித்தோல் போர்த்தியவன். கையில் திரிசூலம் ஏந்தியவன். கழுத்தில் பாம்பைச் சூடியவன். இத்தகைய அடையாளங்கள் அத்தனையும் ஏக்சு(சி)வா (Ekchuah) கடவுளுக்கும் பொருத்தமாய் அமைந்திருக்கிறது.

ஆம்! ஏக்சு(சி)வா (Ekchuah) கடவுளும் நீண்ட கரிய கூந்தலையும், கையில் வேலையும், ஏந்தியவன். கழுத்தில் கயிற்றைச் சூடியவன், இங்கே கயிறு பாம்பின் குறியீடு. அஃதாவது நமது வழக்கத்தில் பேசும் போது இது பாம்போ? கயிறோ? என்று சொல்வது போல் இங்கே கயிறு பாம்பின் அடையாளம். ஏகசிவன் தன் இடுப்பில் புலித் தோலிற்குப் பதிலாக சிறுத்தைப் புலியின் தோலை அணிந்தவன்.

ஏனெனில் புலிகள் ஆசியாவில் குறிப்பாக இந்தியாவில் மட்டுமே காணப்படக் கூடியது. அமெரிக்கப் பகுதிகளில் புலிக்குப் பதில் சிறுத்தைப் புலிகள் பூர்வீகம் என்பதால் ஏக்சிவா சிறுத்தைப் புலியின் தோலை அணிந்தவனாகிறான். இதே போல் கையில் திரிசூலத்திற்குப் பதில் வேலை ஏந்தியவனாக இருக்கிறான்.

ஏச்சுவான் – சிவன்

வேல் என்பது வளமையின் குறியீடாகும். வேல் என்பது ஆணின் விந்தணுவைக் குறிக்கும். திரிசூலம் பிந்தைய வளர்ச்சி, நமது முருகப் பெருமானின் கையில் வேல் விளங்குவது போல் ஏகசிவனின் (*Ekchuah*) கையில் வேல் விளங்குகிறது. இவ்வகையில் சிவபெருமானுக்கும் ஏகசிவனுக்கும் இடையில் பல ஒற்றுமைகள் காணப்படுகின்றன.

மற்றொரு கடவுள் சாம்னா (*Zammna*) என்ற கடவுளாகும். இவர் அமர்ந்த நிலையில் விளங்கும் கடவுளாவார். சமணர் என்பதே சாம்னா (*Zammna*) என்றாகியுள்ளது. அமணர் 'சமணர்' சாம்னா (*Zammna*) என்றாகியுள்ளது.

சமணர்கள் அமர்ந்த நிலையில் யோகம் செய்பவர்கள். கி.மு.விற்கு முன்னும், பின்னும் பல ஆயிரம் வருடங்கள் தமிழகத்தில் சிறந்து விளங்கியிருந்த சமயம் 'ஆசிவகம்' என்பதாகும். புதிய புதிய சிந்தனைகளோடும், அறிவியல் பார்வையோடும்; இறை மறுப்புக் கோட்பாட்டோடும்; மனித

நேயத்தோடும் விஞ்ஞான நோக்கில் சிறந்து விளங்கியிருந்த சமயந்தான் ஆசிவகம்.

தமிழகத்தில் ஆசிவகாமாகவும், தமிழகத்திற்கு அப்பால் அது சமணச் சமயமாகவும் விளங்கியுள்ளது. சமணச் சமயத்திற்கும், ஆசிவகத்திற்கும் மிகுந்த நெருக்கம் உண்டு. இன்றைக்குத் தமிழகத்தில் காணப்படும் ஆசிவகத்தின் அடையாளங்கள் அத்தனையும் சமணர் அடையாளங்களாகப் பார்க்கப்படுகிறது என்பது தனிக் கதை!.

இவர்களின் மற்றொரு கடவுள் குகூல்கண் *(Kukalcan)* என்பதாகும். இக்கடவுள் இவர்களின் வானியல் கடவுளாகப் போற்றப்படுகிறார். இக்கடவுளுக்காக எழுப்பப்பட்டதே 'எல்காரகோல்' பிரமிடாகும். மிகப்பிரமாண்டமான இப்பிரமிடு இன்றும் பிரமாண்டமாய் காட்சியளிப்பதே இவர்களது கலைத்திறனுக்கும் கட்டுமானத்திற்கும் பெருமை தரும் சான்றாகும்.

குகூல்கண் *(Kukalcan)* என்பதே தூய தமிழ்ப் பெயராகும். குகூல் என்பதே கூகை என்பதன் மரூஉ மொழியாகும். கூகை என்றால் ஆந்தையாகும். ஆந்தை இரவில்தான் பார்க்கும். அதேபோல் வானியல் ஆய்வை இரவில்தான் மேற்கொள்ளமுடியும் என்பதால் கூகையின் பெயரையே இக்கடவுளுக்கும் வைத்துள்ளனர். இரவில் பார்க்கும் கண்கள் என்ற வகையில் குகூல்கண் என்றாகியுள்ளது.

குகூல்கண் – திருமால்

திருமாலின் பல்வேறு உருவங்களில் ஒன்று தமது ஐம்படைக் கருவிகளோடு தம் மைத்துனர் சிவப் பெருமானைப் பார்க்கச் செல்லும் காட்சியொன்றைப் படத்தில் பாருங்கள், அதே போல் குகூல்கண் - கடவுளின் படக் காட்சியையும் பாருங்கள். இரு படங்களின் உருவ ஒப்புமையையும் பார்த்தால் மாயன் கடவுளரான குகூல் கண், மாயோன் ஆன தமிழர்களின் முல்லை நிலக் கடவுளான கண்ணனே என்பதை எளிதில் அறிந்து கொள்ள முடியும்.மேலும் இரு படங்களிலும் மனித முகம், பாம்பின் உருவம், பறவையின் இறகுகள் என்று பல ஒப்புமைகள் உள்ளன.

Google Search' இன்றைக்கு உலகையே கட்டி ஆளும் இச்சொல் தமிழ் மொழியின் அடையாளமாகவே பார்க்கப்படுகிறது. ஆந்தை இரவிலும் தேடும் ஆற்றல் பெற்றது. அதே போல நுட்பமான தேடு பொறி என்ற வகையில் *'GoogleSearch'* என்ற சொல்லும் வருவிக்கப்பட்டுள்ளது. மாயன்களின் மிக முக்கிய ஐந்து கடவுள்களில் ஏக்சுவா, குகூல்கண், இட்சமணா நீங்கலாகச் சாக் *(Chaac)* மற்றும் இக்செல் *(Ixchell)* கடவுளர்களும் முக்கியமானவர்கள். சாக் *(Chaac)* கடவுள் என்பது இங்கே யானைத் தந்தத்தைப் போன்றதாகும். இக்கடவுள் தமிழக மரபில் மழைக் கடவுளான இந்திரனுக்கு ஒப்பிடப்படுகிறது. இந்திரனின் வாகனம் வெள்ளை யானை, எனவே யானையின் துதிக்கை இதன் உருவகமாய்ப் போற்றப்படுகிறது.

இக்செல் கடவுள்

இவர்களின் மற்றொரு கடவுள் இக்செல் (Ixchell)ஆகும். செல் என்பது செல்வி என்பதன் சுருக்கம். தமிழகப் பண்பாட்டில் திருமணம் ஆகாதவரை செல்வி என்கிறோம். அதுவே மருவிச் செல்லி ஆயிற்று. பின் அதுவே செல்லியம்மன் ஆகிறது. அம்மன் வழிபாட்டில் பெண் முக்கிய இடத்தைப் பெறுகிறாள்.

அம்மனை நாம் பல்வேறு பெயர்களில் வழிபடுகிறோம். மாரியம்மன். காளியம்மன், செல்லியம்மன், பச்சையம்மன், துர்க்கை அம்மன் என்றெல்லாம் வழிபடுகிறோம். ஒவ்வொரு அம்மனும் வெவ்வேறு காப்பு கடவுளர்களாக போற்றப்படுகிறார். மாரியம்மன் மழைக் கடவுள் போல், பச்சையம்மன் பூமிக் கடவுள். அஃதாவது பசுமையின் கடவுள்; இந்த இக்செல் (Ix-chell) கடவுளும் நம் மாரியம்மன் கடவுளும் ஒரே தோற்றத்தை கொண்டவர்கள்.

மாரியம்மனின் தலையில் ஐந்து தலை நாகத்தைப் பார்க்கலாம். அதே போல் இக்செல் அம்மன் தலையிலும் பாம்பைப் பார்க்கலாம். மாரியம்மன் மழைக் கடவுள், இக்செல்லும் மழைக் கடவுள். இதைக் குறிக்கும் வகையில் இக்செல் (Ixchell)அம்மன் தண்ணீர் குடத்தைக் கவிழ்த்து நீரைக் கொட்டுவது போல் அமைந்திருக்கும்.

மாரியம்மன் – இக்சொல்

அஃதாவது அம்மன் குடத்தைக் கவிழ்த்து நீரைக் கொட்டுவதே நமக்கு மழையாகப் பொழிகிறது என்பதே இதன் அடையாளம். மழையே மண்ணைப் பசுமையாக்குகிறது

என்பதால்தான், அம்மனை பச்சையம்மன் என்றும் அழைக்கிறோம். பச்சையம்மன் பசுமையின் கடவுள்.

இன்றைக்கும் அமெரிக்க ஐக்கிய நாடுகளில் இந்தப் பச்சையம்மன் வழிபாடு வழக்கத்தில் இருக்கிறது. பச்சையம்மன் என்பது மருவி பச்சம்மா என்று ஆகியுள்ளது. யூடியூப் (You-tube) காணொளிக் காட்சியொன்றில் அமெரிக்க ஐக்கிய நாடுகளில் வெள்ளையர்களும் 'பச்சமாமா, பச்சமாமா' என்று இசையோடு பாடுவது நமக்கு வியப்பைத் தருகிறது. அதுவும் பூமிக் கடவுளாகவும், பசுமையின் கடவுளாகவும் வழிபடுவது வியப்பிலும் வியப்பாகும்.

பெலிஸ் நாட்டில் மாமா (MAMA) என்ற நகரம் உள்ளது. பச்சையம்மன் என்பதே பச்சமாமா ஆகிப் பின் மாமா (MAMA) என்று ஆகியிருக்க வேண்டும். இவர்களின் மற்றொரு கடவுள் Itzamana அமணர் என்பதே சமணர் ஆகிச் சாமனா Zamna என்றாகியுள்ளது. சமணர் என்பது ஆசிவகத் துறவிகளைக் குறித்த சொல்லாகும் துறவிகள் ஆசனத்தில் அமர்ந்திருப்பது போன்ற அதன் தோற்றம் குறிப்பிடத்தக்கதாகும்.

மாயன் நாகரீகத்திற்கும், தமிழகத்திற்கும் இன்னும் எத்தனையோ தொடர்புகள் இருப்பதை அறியமுடிகிறது. இன்றளவும்கூட இதன் தொடர்ச்சியும், நீட்சியும் இருப்பதை அவர்களின் உணவுமுறை, பழக்க வழக்கம் போன்ற கூறுகளில் இருந்து அறியமுடிகிறது.

5

கிரேக்கரும்...! பாண்டியரும்...!

உலகமே வியந்து பார்த்த மாபெரும் வரலாற்றைப் படைத்திருக்கிறது தமிழினத்தின் இளைஞர் படை. "யாதும் ஊரே யாவரும் கேளிர்" என்ற மரபுசார் பண்பாட்டைக் கொண்டதன் காரணமாக அறம் பிசகாமலும் பிழைபடாமலும் இவர்கள் நடத்திய ஏறுதழுவல் அறப்போரை எண்ணி எப்படி வியக்காமல் இருக்க முடியும்? அப்படியென்ன மாட்டிற்கும் தமிழர்களுக்கும் உறவு இருக்க முடியும்? இத்தகைய யோசனையிலேயே பல நாட்களை நான் கழித்து வந்தபோதுதான் என் ஆய்வு பல வெளிச்சங்களைத் தந்தது.

நான் இணையத்தில் தேடியபோது காளை விளையாட்டில் காளைச் சண்டை, காளை விளையாட்டு (Bull fighting, bull leaping) என்ற இரு பிரிவுகள் இருப்பதை பார்த்தேன்.காளைச் சண்டை (bull fighting) என்பது காளைகளுக்குள் நடக்கும் சண்டைகள் அல்ல. இது காளைகளுக்கும், மனிதர்களுக்குமான சண்டையாகும். ஸ்பெயின் நாட்டில் நடைபெறும் விளையாட்டில் காளைகளை வதைத்துக் கொல்லும் கொடூரம் நிகழ்வதைப் பார்க்கலாம்.

காளை விளையாட்டு (bull leaping) என்பது காளையைத் தாவிப் பிடிப்பது, பாய்ந்து பிடிப்பதாகும். அஃதாவது நம்

ஊர் ஏறு தழுவல் போன்றதாகும். ஆனால் இவ்விளையாட்டு நடைபெறும் நாடாக மீண்டும் ஸ்பெயின் நாடுதான் குறிப்பிடப் படுகிறதேயொழிய, இந்தியாவோ, தமிழ்நாடோ குறிப்பிடப்படவில்லை. ஒருவேளை இந்த விவரங்களை, அதன் அடையாளங்களை நாம் பதிவு செய்யத் தவறி இருக்கிறோம்.

நாம் காளைகளோடு விளையாடுகிறோம். ஸ்பெயினில் காளைகளை வதைத்துக் கொன்று விளையாடுகிறார்கள். ஏன் என்ற கேள்விக்கு, ஏராளமான அரிய வரலாற்று செய்திகளும், அதிர்ச்சியான பதில்களும் காத்திருந்தன. பல ஆயிரம் ஆண்டுகளுக்கு முன்பிருந்தே காளைகளைக் கொண்டாடும் கூட்டத்திற்கும், காளைகளை அழிக்க முனைந்த மற்றொரு கூட்டத்தாருக்கும் இடையே மிகப்பெரிய போராட்டம் நடந்தே வந்திருக்கிறது.

மனித நாகரிகத்தின் முதல்படி உழவுத்தொழில். உழவுத் தொழிலுக்கு முன்பே மாட்டிற்கும், மனிதனுக்கும் மிக நெருக்கமான உறவு ஏற்பட்டிருந்தது. ஆதி மனிதன் நாகரிகம் பெற அவனுக்கு உதவியாய் இருந்ததே மாடுகள்தான். மாடுகள்தான் மனிதனுக்குப் பாலும், ஊனும், உணவும் தந்து மனிதகுல வளர்ச்சிக்கு உதவியன. இப்படி நாகரிகம் பெற்ற இனக்குழுக்கள் சிலவாகும். அவற்றுள்ளும் மாட்டைச் செல்வமாகக் கொண்டாடிய ஒரே இனம் தமிழினந்தான். அதனால்தான் பசுவையும் காளையையும் செல்வமாகக் கருதி 'மாடு' என்றான் தமிழன். மாடு என்றால் தமிழில் 'செல்வம்' என்று பொருள்.

> **"கேடில் விழுச்செல்வம் கல்வி ஒருவர்க்கு**
>
> **மாடல்ல மற்றை யவை"**

என்று அய்யன் திருவள்ளுவர் குறிப்பிடுகிறார். குற்றமில்லாத பெருஞ்செல்வம் கல்வி மட்டுந்தான், ஏனைய செல்வமெல்லாம் பொருளற்றவைகள் என்பதே இக்குறளின் பொருள். இங்கே மாடு என்னும் சொல்லின் பொருள் செல்வம் என்பதாகும். இவ்வகையில் மாட்டையே முழுமுதற் செல்வமாகக் கொண்டாடியவன் தமிழன். மாட்டையே கடவுளாய்ப் போற்றியவனும் தமிழன்தான்.

மாடு விலங்காயினும் மாட்டை உயர்திணை விகுதிகளால் அழைத்தவன் தமிழன். தமிழ் இலக்கணத்தில் மரபு வழுவமைதிப் பகுதியில் மாடுகளுக்கும் மனிதப் பெயர்களை வைத்து ராமு வந்தான். லெட்சுமி வந்தாள் என்றெல்லாம் அழைத்து மகிழ்ந்தவன் தமிழன், இன்றளவும் அழைத்து மகிழ்பவனும் தமிழன்.

இந்த பின்னணிகளுக்குப் பின்னால் கிரேக்க நாகரிகத்தை ஆய்வு செய்தால் பல உண்மைகளை உலகிற்கு உணர்த்த முடியும். உலக நாகரிகங்களுள் கிரேக்க நாகரிகத்திற்குத் தனிச் சிறப்புண்டு. சிந்துவெளி, சுமேர் நாகரிகங்களுக்குச் சற்றுப் பிந்தைய காலமாகக் கிரேக்க நாகரிகம் கருதப்பட்டாலும், கிரேக்க நாகரிகம் நனி நாகரிகமாகக் கருதப்படுகிறது.

கிரேக்கத்தின் முந்தைய பெயர் கிரீஸ் என்பதாகும். இந் நாகரிகம் மையம் கொண்ட இடம் மத்தியத் தரைக்கடல் பகுதியில் அமைந்துள்ள கிரீட்டி (CRETE) எனும் தீவாகும். கரடு முரடான பாறைகள் நிறைந்த தீவாக இருப்பதால், 'கரட்டுத் தீவு' எனப்பட்டது. இதுவே பின்னாளில் கிரிட்டி(crete) என மருவியுள்ளது. இத்தீவே கிரீஸ் நாகரிகம் மையம் கொண்ட இடமாகும். இத்தீவுதான் மத்தியத் தரைக்கடல் பகுதியில் அமைந்துள்ள நான்காவது பெரிய தீவாகும். இத்தீவைச் சுற்றிலும் ஏறக்குறைய இரண்டாயிரத்திற்கும் அதிகமான தீவுகள் அமைந்துள்ளன.

கிரிட்டித் தீவு

அத்துடன் இப்பகுதி கடல் வளம், மீன்வளம் நிறைந்துள்ள வளமான பகுதியாகும். இன்னும் சொல்லப்போனால் இத்தீவு அய்ரோப்பிய, ஆசிய, ஆப்பிரிக்கக் கண்டங்கள் கூடும் மையமான

இடத்தில் அமைந்திருப்பதுதான் இதன் சிறப்பாகும். இந்த கிரீட்டித் தீவில் இடிபாடுகளோடு கிடந்த நாசோஸ் (Knosses) இடத்தை அகழ்வாய்வு செய்தபோது இங்குக் காணப்பட்ட நாகரிகம் மீனோன் (MINOAN) நாகரிகம் என்றறியப்பட்டது.. கி.மு.3000த்திற்கும் கி.மு.1400ற்கும் இடைப்பட்ட காலமாக இந்நாகரிகம் கருதப்படுகிறது. இந்நாகரிக அடையாளங்கள் இத்தீவில் பல இடங்களில் காணப்பட்டாலும், இந்நாகரிகத்தின் அடையாளங்களைக் கொண்டிருக்கிற மிக முக்கிய இடங்கள் நாசோஸ் (Knosses), கார்ட்டின் (Gortyn) ஆகிய இடங்களாகும்.

மீனோன் (MINOAN) என்ற பெயர் நமக்கு மிக அறிமுகமான சொல்போல் தோன்றுகிறது. ஆம், மீனவன் என்ற சொல்லே மீனோன் என்று மருவி வழங்கியுள்ளது. இதற்கேற்ப நாஸொஸ் (Knosses) என்ற இடத்தில் உள்ள மீனோன் கோயிலின் அல்லது அரண்மனையின் சுவர்களில் மீன்களின் ஓவியங்கள் வரையப்பட்டுள்ளன. மேலும் மீனவன் ஒருவன் தனது கரங்களில் நிறைய மீன்களைக் காணிக்கையாகக் கொண்டு செல்லும் காட்சியும் வரையப்பட்டுள்ளது.

மீனோன் அரண்மனை

உலகில் மீனைத் தம் அரச அடையாளமாகக் கொண்ட அரச வம்சம் பாண்டிய அரச மரபு. பாண்டியர்கள் சிறந்த

கடலோடிகள். அத்துடன் இவர்கள் மீனவக் குடிகள் என்பதையும் நாம் கவனத்தில் கொள்ள வேண்டும். மேலும் இந்த அரண்மனைச் சுவரில் வரையப்பட்டுள்ள அரிய காட்சியும் நமக்கு வரலாற்றுச் சான்றாக உள்ளது.

தமிழகம் சந்தித்த வரலாற்று சிறப்புமிக்க ஏறுதழுவல் (*bull leaping*) காட்சிதான் இது. சீறிப்பாயும் காளை ஒன்றை ஆடவர் இருவர் பாய்ந்து தாவிப்பிடிப்பது போலவும் அதைக் காளையின் பின்னால் நிற்கும் பெண்ணொருத்தி விரட்டி விடுவது போலவும் இக்காட்சி வரையப்பட்டுள்ளது.

காணிக்கையாக மீன்களை கொண்டு செல்லும் காட்சி

நூறு ஆண்டுகளுக்கு முன்புவரை காளைகளை அடக்கியாண்ட இளங்காளையினரைத்தான் தமிழ்க் குலப் பெண்டிர் மனமுவந்து திருமணம் செய்து கொண்டனர் என்பதை நாம் அறிவோம். பெண்களின் வீரத்தைப் போற்றும் 'மூதின் முல்லைத் துறை' எனும் பிரிவைக்கூட நாம் சங்க இலக்கியங்களில் காணலாம்.

கிரேக்கத்தின் தொன்மக் கதையில் சொல்லப்படுகிற மற்றொரு செய்தி முக்கியமானது. கிரேக்கச் சாம்ராஜ்ஜியத்தை உருவாக்கிய முதல் மன்னனின் பெயர் எரிச்சிதோனியஸ் என்பதாகும். இந்த எரிச்சிதோனியஸ் கூடத் தமிழ்ப்பெயராகவே தோன்றுகிறது.

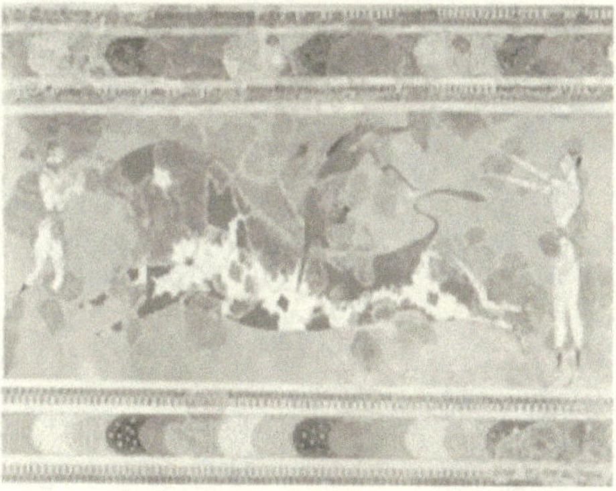

ஏறு தலுவுதல் காட்சி

அஃதாவது எரி+தோணி + அன் என்பது எரி+(ச்சி)+தோணி+அன் என்றாகி பின் அதுவே என்று 'எரிச்சிதோனியஸ்' என்று மருவியுள்ளது. ஏனெனில் தமிழில் எரி என்பதற்குச் சிவன் என்ற பொருள் உண்டு. எரி பக்த நாயனார் என்பவர் அறுபத்து மூன்று நாயன்மார்களில் ஒருவர் ஆவார்.

மேலும் ஏதென்சின் (கிரேக்கம்) மிகச்சிறந்த மன்னன் (legendary king) முதலாம் பாண்டியன் ஆவான். கிரேக்கத்தின் மிகச்சிறந்த மன்னன் என்று போற்றப்படுகிற முதலாம் பாண்டியன் எரிச்சிதோனியசின் மகனாவான். இந்த எரிச்சிதோனியசை நிலமகள் ஏதென்னாவிற்கு கொடையாகக் கொடுத்துள்ளாள். இவனை இரு பாம்புகள் காவல் இருக்க ஒரு பேழைக்குள் வைத்துப் பாதுகாப்பாகவும் தந்தாளாம்.

கதையின்படி படகில் இருந்துதான் எரிச்சிதோனீயஸை ஏதென்னாவிற்கு நிலமகள் கொடுத்துள்ளாள். எனில் தோணிக்குரியவன் (படகு) பரதவனான (மீனவன்) பாண்டியனே! பாம்புகள் சிவனது அடையாளம்.

எரிச்சிதோனியஸ்

தமிழர் வரலாற்றில் பாண்டியர்களையும், பாம்பையும் சிவனையும் எப்போதும் பிரிக்கவே முடியாது. இதற்கு நம் திருவிளையாடற் புராணமே தக்க சான்றாகும். சிவனது புகுந்தகம் மதுரை என்பதையும் நாம் கவனத்தில் கொள்ள வேண்டும்.

6

யோனாகுனி ஜிமா..!

செப்டம்பர் 2007 ஆம் திங்களில் ஒரு நாள் நேசனல் ஜியாகிரபி தொலைக்காட்சி ஓர் ஒலி ஒளி காட்சியினை ஒளி பரப்பியது. உலகத் தமிழர்களின் ஒட்டுமொத்தக் கவனத்திற்கும் உரியதான இக்காட்சியினை நம்மில் எத்தனைப் பேர் கண்டு கவனித்து சிந்தித்தோம் என்பது தெரியாது! சப்பான் தீவுகளுக்குத் தெற்கே மிகப்பெரிய அளவிலான பிரமாண்டக் கட்டிடங்கள் கடலுக்கடியில் புதைந்து கிடப்பதை இக்காணொளி காட்சி வெளியிட்டிருந்தது. ஈராயிரம் ஆண்டுகளுக்குமுன் ஏற்பட்ட நிலநடுக்கத்தால இங்கிருந்த மிகப்பெரிய நகரம் ஒன்று கடலுக்கடியில் புதையுண்டு போனதாகச் சப்பான் நாட்டின் ஒகினாவா நகர ருகியுஸ் பல்கலைக்கழகத்தின் பேராசிரியர் மாசாகிக் கிருமா குறிப்பிடுகிறார்.

'யோனாகுனி ஜிமா' *(YONAGUNI JIMA)* என்ற இடத்தில் அமைந்துள்ள இந்நகரத்தைச் 'சன்கென் நகரம்' *(SUNKEN CITY)* என்று ஆய்வாளர்கள் குறிப்பிடுகின்றனர். இந்நகரம் கி.மு *5,000* முதல் *10,000* ஆண்டுகளுக்கு முற்பட்டதாக இருக்கலாம் என்கிறார் பேராசிரியர் மாசாகிக் கிருமா. இங்குக் கிடைத்துள்ள சிற்பங்கள், கைவினைப் பொருட்கள்

தனித்தன்மையோடு காணப்படுகின்றன. என்றும், இவைகள் சப்பான் கலாச்சாரத்திற்கு முற்றிலும் தொடர்பில்லாதது என்றும் அறிஞர்கள் குறிப்பிடுகின்றனர். இக்கலாச்சாரம், நாகரிகம் யாருடையது என்பதை ஆய்வு செய்யும் தொல்லியல் அறிஞர்களுள் சாமுவேல் நோஹா கரமேர் முக்கியமானவர்.

பலரின் கேள்விகளுக்கும், புதிர்களுக்குமான விடையை ஆய்வாளர்கள் பலர் கூறியுள்ள போதிலும், நோஹா கரமேர் கூறுவதுதான் குறிப்பிடத்தக்கது. "சுமேரியர்கள் தங்களைக் கருப்புத்தலையர்கள் *(BLACK HEADED PEOPLE)* என்று அழைத்துக் கொண்டார்கள்," என்பார். சப்பான் தீவுகளுக்குத் தெற்கே 'யோனாகுனி ஜிமா' என்ற இடத்தில் அமைந்துள்ள இந்தச் 'சன்கென்' நகரம் *(SUNKEN CITY)* இந்தியாவின் தென்முனையில் தமிழ்நாட்டில் வாழும் தமிழர்களின் முன்னோர்களால் கட்டப்பட்டதேயாகும்.

இவர்கள்தான் சீனாவின் பல பகுதிகளில் பல குடியேற்ற நாடுகளையும், பல பிரமிடு நகரங்களையும் உருவாக்கியவர்கள். பின் சப்பான் போந்து அங்கும் பல நகரங்களையும் உருவாக்கினார்கள். பிறகு சீனாவிலிருந்து மேற்கே பயணித்து மெசெபெட்டோமியா சென்று அங்குச் சுமேரிய நாகரிகத்தைத் தோற்றுவித்தனர் என்கிறார் நோஹா கரமேர்.

இன்றைக்கும் சீனாவில் 'பாண்டியன்' என்ற பெயரில் ஐந்து நகரங்களும், பன்னிரெண்டிற்கும் (ஒரு டசனுக்கும்) மேலான அதி விரைவுச் சாலைகளும் *(By Pass Road)* இதே பெயரில்

'சன்கென்' நகரம்

விளங்குவதைப் பார்க்கலாம். இன்றைக்கும் சீனாவில் 'பாண்டியன்' என்ற பெயரில் ஐந்து நகரங்களும், பன்னிரெண்டிற்கும் (ஒரு டசனுக்கும்) மேலான அதி விரைவுச் சாலைகளும் (By Pass Road) இதே பெயரில் விளங்குவதைப் பார்க்கலாம். மேலும் பாண்டியன் செழியன் என்ற பெயரில். (PANDIAN ZEN) என்று ஒரு நகரம் இருப்பதையும், சீனாவின் ஷாங்காய் மாநிலத்தில் பாண்டியன் (PANDIAN) எனும் நகரம் இருப்பதையும் அறியலாம்.

பாண்டியன் என்ற சொல்லுக்குப் பொருள் அறியாது 'அபகரிக்கப்பட்ட நிலம்' (OCCUPIED LAND) என்று ஆங்கிலத்திலும், 'வரி' அல்லது 'கூலி' என்று சீனமொழியிலும் பொருள் கூறுகின்றனர். ஆனால் இச்சொல்லுக்கான உண்மைப் பொருளை நாம்தானே உலகிற்கு உணர்த்த வேண்டும். மேலும் 'யோனாகுனி ஜிமா' நினைவுச் சின்னம் போன்று எண்ணற்ற நினைவுச் சின்னங்கள் தைவான் தீவு வரை பரந்து கிடக்கின்றன என்கிறார் மாசாகி கிருமா.

மேலும் சப்பானின் மொழியியலாளர் சுசுமு ஓனோ. இவர் தம் தாய்மொழி குறித்துக் கூறியுள்ளதை இங்கு நினைவுபடுத்த விரும்புகிறோம். என் தாய்மொழியாம் சப்பானிய மொழிக்கு மூல ஊற்றாய் நின்ற மொழி; என் மூல தாய்மொழியாம் தமிழ் மொழியேயாகும். தமிழே என் தாய் மொழிக்குத் தொடக்க ஊற்று என்று கூறியுள்ளார்.

நான் சப்பான் மொழி கற்றுக் கொள்ள முயன்ற போது என் வகுப்பில் நடந்த நிகழ்வு முக்கியமானது. ஒரு நாள் வகுப்பில் சப்பான். மொழியாசிரியர் கற்பித்துக் கொண்டிருந்தார். அப்போது மாணவர்கள் ஆங்கிலத்தில் உரையாடிக் கொண்டிருந்தனர். அவர்களிடம் கோபத்துடன் குறுக்கிட்ட அவர் உங்களுக்குத் தமிழ் தெரியுமா? தெரியுமென்றால் தமிழில் பேசுங்களேன். சப்பான் மொழி கற்றுக் கொள்ள ஆங்கிலம் தேவையில்லை! தமிழ்தான் அவசியம். தமிழ் தெரிந்தால்தான் விரைவில் சப்பான் மொழி கற்றுக்கொள்ள முடியும். மேலும் தமிழ் மொழியின் இலக்கணக் கட்டமைப்பை ஒட்டியே சப்பான் மொழியும் இயங்குகிறது என்று அவர் கூறியதும், அவர் ஒரு சப்பானியர் என்பதும் குறிப்பிடத்தக்கதாகும்.

7

ஆப்பிரிக்காவும் ஆதித்தமிழர்...!

'இருண்ட கண்டம்' என்று அழைக்கப்படுகின்ற ஆப்பிரிக்கக் கண்டம் பல்வேறு மர்மங்களைத் தன்னுள்ளே கொண்டுள்ளது. இக்கண்டத்தின் வரலாற்றை அறிய முற்பட்டு இதன் மர்மங்களை அறிய முடியாமல்; வியப்பின் சரித்திரக் குறியீடாய் நிற்கும் இக்கண்டத்திற்கு ஐரோப்பியர்கள் 'இருண்ட கண்டம்' என்று பெயரிட்டனர்.

கி.பி.இரண்டாம் நூற்றாண்டுக்குப் பிந்தைய தமிழகத்தின் அரசியல், சமூக வரலாற்றை அறிய முடியாமல் போனதன் காரணமாகக் களப்பிரர் ஆட்சிக் காலத்தைத் தமிழகத்தின் இருண்ட காலம் என்றழைக்கிறோம். அதைப்போல் ஆப்பிரிக்காவின் சமூக, அரசியல், மொழி, பண்பாடு போன்றவற்றை அறிய முடியாமல் போனதன் விளைவாக ஆப்பிரிக்கா 'இருண்ட கண்டம்' என்றழைக்கப்படுகிறது.

தமிழ்நாட்டினின்றும் சென்ற இன்னொரு கூட்டத்தினர் செங்கடல் வழியாக ஆப்பிரிக்காவை அடைந்தனர். அங்கு என்றும் வற்றாத நீர்ப்பெருக்குடைய நைல் என்னும் ஆறு உண்டு. அதன் பக்கங்களிலுள்ள நிலம் தானியங்களை விளைவிப்பதற்கு ஏற்ற செழிப்புடையது. அவ்விடத்தே

அவர்கள் தங்கி வாழ்ந்தனர்; மக்கள் பெருகினர்; நாடு நகரங்கள் உண்டாயின அவர்களால் அமைக்கப்பட்ட பெரிய நகரங்கள் மெம்பிஸ், தீப்ஸ் என்பன. அம் மக்களின் பழைய நாகரிகக் குறிகள் இன்றும் அவ்விடங்களிற் காணப்படுகின்றன.

இருண்ட கண்டம் ஆப்ரிக்கா

பழம்பொருள் ஆராய்ச்சியாளர் அவ்விடங்களிற் கிடைத்த பழம் பொருள்களை ஆராய்ந்துள்ளார்கள். எகிப்தியரின் பழங்கதைகள், அவர்கள் பண்டு நாட்டினின்றும் சென்றவர்களாகக் கூறுகின்றன. பண்டு நாடு என்பது பாண்டி நாடே என வரலாற்றாசிரியர்கள் ஆராய்ந்து காட்டியுள்ளார்கள். மக்கட் குல நூலார், தமிழரும் எகிப்தியரும் ஒரேகுல முறையில் வந்தோர் எனக் கூறியிருக்கின்றனர்.

பழைய எகிப்தியருடைய பழக்கவழக்கங்கள் கடவுள் வழிபாட்டு முறை முதலியன தமிழ் மக்களிடையே காணப்படுவன போன்றன. அவர்கள் ஆலயங்களில் இலிங்கங்களை வைத்து வணங்கினர். நைல் ஆற்றுக்கு மேற்கில் சிவன் என்னும் பாலை நிலப் பசுந்தரை ஒன்று உள்ளது. அங்கு அவர்கள் ஞாயிற்றுக் கடவுளைச், சிவனென்னும் பெயரிட்டு வழிபட்டனர் என்றும் அறிஞர்கள் குறிப்பிடுகின்றனர்.

ஆப்பிரிக்காவில் உள்ள பழங்குடிமக்களுள் பெரும்பான்மையாகக் கருதப்படுகிற பழங்குடி இனம்

'பாண்டும்' எனப்படுகிறது. தமிழில் பாண்டியர் என்பது போல ஆப்பிரிக்காவில் பாண்டு என்றே விளங்குகின்றனர். பாண்டு என்ற தமிழ்ச் சொல்லுக்குப் பழைய, பண்டைய, பூர்வீகம் பல பொருள்கள் உண்டு.

1.பாண்டு 2.செமிபாண்டு 3.சூடானிஸ் ஆகிய பழங்குடியினங்கள் இங்கே குறிப்பிடத்தக்கதாகும்.

பாண்டு இனத்தில் நான்கு பிரிவுகள் உள்ளன. இவற்றுள் செமி பாண்டும் ஒன்று. சூடானிஸ்ட் என்பது மற்றொரு பிரிவாகும். இப்பகுதி வெப்பம் நிறைந்த நாடானதால், 'சூடான்' எனப்பட்டது.

சூடு + நாடன் என்பது சூடான் என மருவியிருக்கலாம். இந்தப் பாண்டுப் பேரரசு கோன்கோ கா எனப்பட்டுள்ளது. கோ என்றால் தமிழில் அரசன் எனப் பொருள்படும். கா என்றால் காத்தல் என்பது பொருளாகும். 'கோன்கோ' என்பது அரசர்களின் அரசன் என்ற பொருளில் கோன்கோ எனப்பட்டதா? என்பதும் ஆராயப்பட வேண்டியதாகும். கி.மு. 2000 முதல் 1500 காலக்கட்டங்களில் இந்த அரசு இயங்கியதாகச் சொல்லப்படுகிறது.

ஆப்ரிக்காவின் கேமரூன் நாட்டில் உள்ள பல நகரங்களின் பெயர்கள் தமிழ் ஊர்ப் பெயர்களா? என்று எண்ணத் தோன்றுகிறது. இந் நாட்டில் மண்தூரா (Mandura) என்ற மலைத் தொடர்கள் அமைந்துள்ளன. இந்த மலைப்பகுதியில் வாழும் பழங்குடி மக்கள் தமிழ் மொழி பேசி வருகின்றனர். இவர்கள் பல்லாயிரம் ஆண்டுகளுக்கு முன்பாகச் சென்றவர்களா? என்று நமக்கு எண்ணத் தோன்றுகிறது.

இவர்கள் தமிழ்ப் பேசும் காணொலிக் காட்சி ஒன்றில் இரு சிறுவர்கள் ஓடிக் கொண்டிருக்கிறார்கள். ஒருவன், "ஓடு ஓடு" என்று கூவிக் கொண்டே ஓடுகிறான். பூச்சி ஒன்று செல்கிறது மற்றொருவன் அதைப், "பிடி பிடி" என்று கூவுகிறான். பூச்சியைப் பிடிப்பவனிடம் இது, "இங்கிருக்கு இங்கிருக்கு" என்று கூறுகிறான். பூச்சியைப் பிடித்துக்கொண்ட சிறுவன் அங்கிருக்கும் பெரியவரிடம், "இது என்னமாங்?" என்று கேட்கிறான்.

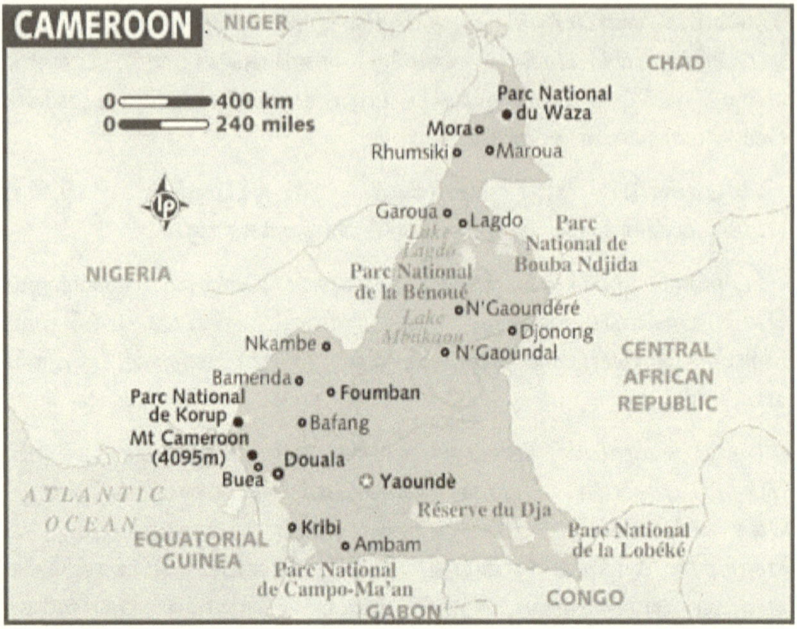

மேலும் இக்காணொலி காட்சியில் கருப்பு கட்டெரும்பு ஒன்று செல்வதைப் பார்த்து, "இது மால்கொட்டே" என்று பெரியவர் ஒருவர் குறிப்பிடுகிறார். மால் என்றால் கருப்பு என்று பொருள். கொட்டுதல் என்றால் கடித்தல் என்று பொருளாகும். இப்போது கருப்பு எறும்பை, "மால் கொட்டோ" என்றழைப்பது எத்தகைய பொருத்தமாகும்!

காமம் + ஊர் என்பதே காமரூன் என்றாயிற்று. காமம் என்றால் அன்பு என்பது பொருளாகும். அன்புடை மக்கள் எனும் பொருளில் காமனூர் என்றாகிப் பின் பேச்சு வழக்கில் காமெரூன் (Cameroon) என்று மருவியுள்ளதாக இக்காணொலி காட்சி குறிப்பிடுகிறது. மேலும் மண்டூரா என்பதற்கு மண்+தூர், மண்தூரா என்று விளக்கம் அளிக்கிறது. மணற்பாங்கான மலைத் தொடருக்கு, 'மண்+தூர்' என்பது எத்தகையப் பொருத்தமாகும்.

8

சங்கத் தமிழில் சிந்து வெளித் தமிழர்...!

சிந்து வெளியில் வாழ்ந்த மக்கள் ஆரியருக்கு முற்பட்டோர். ஆகவே அவர்களுடைய மொழியும் ஆரியருக்கு முற்பட்டதாக இருத்தல் வேண்டும். மூன்று காரணங்களைக் கொண்டு நாம் இவ்வாறு கருதலாம். (1) ஆரியர் வருகைக்கு முன் வட இந்தியா முழுமையிலும் திராவிட மக்களே வாழ்ந்தார்கள். இச் சமவெளியின் நாகரிகத்தை ஒத்த நாகரிகத்தை அக்காலத்தில் அடைந்திருக்கக் கூடியவர்கள் திராவிடர்களேயாவர். (2) கிர்தார் மலைத்தொடருக்கு அப்புறத்தில், சிந்துவெளிக்கு அண்மையிலே பலுச்சிஸ்தானத்தில் வாழும் பிராகூயர் இன்றுவரையும் திராவிட மொழி தொடர்பான மொழியையே வழங்குகின்றனர்.

இது ஆரியர் வருகைக்கு முன் அங்கு திராவிட மொழி வழங்கிய தென்பதற்கு அறிகுறி. அம் மொழியை இணைக்கும் மொழிகள், சிந்துவெளி மக்கள் வழங்கிய மொழியும் மேற்கு ஆசியாவிலே சுமேரிய மக்கள் வழங்கிய மொழியுமாகும் என்று கொள்ளுதல் பிழையாகாது என்று சர்ஜான் மார்சல் கூறுகிறார்.

மேலும் திராவிட மொழியை வழங்கும் மக்களே பலுச்சிஸ்தானம், வட இந்தியா, வங்காளம் முதலிய இடங்களில்

வாழ்ந்தார்கள் என்பது மறுக்கப்படாத உண்மையாகக் கொள்ளப்படுகின்றது என்று எஸ்.கே.சட்டேர்ஜி அவர்களும் திராவிட மக்கள் தொடர்பாகக் கிரேத்தா (Crete) இலைசியா முதல் சிந்துவெளி, தென்னிந்தியா வரையில் இந்நாகரிகங்களை அளவிலாது நாம் தொடர்புபடுத்திக் காணலாம். இம் மக்களின் நாகரிகம் உலோகக் கால தொடக்கத்திலும் பசிபிக் தீவுகள் வரையில் பரவியிருந்தது. தென்னமெரிக்காவிலுள்ள பீரு வரையிற் சென்றிருந்ததெனவும் கூறலாம் என்று அர். தி.பனோசி அவர்களும் குறிப்பிடுகின்ற செய்திகள் இங்குக் குறிப்பிடத்தக்கது.

இங்ஙனம் சிந்துவெளி நாகரிகம் திராவிடர் நாகரிகம் என்று உலகத் தொல்லியல் அறிஞர்கள் பல சான்றுகள் மூலம் நிறுவியுள்ளனர். இதற்கான சான்றுகளுள் மேலும் ஒன்று இங்குக் கிடைக்கப்பெற்ற புலி முத்திரையாகும்.

புலி கடி மால்

இந்தப் புலி முத்திரையின் நடுவில் மனித உருவம் ஒன்றும் அதன் இரு பக்கமும் இரு புலிகள் பாய்ந்து தாக்குவது போலவும் இந்த முத்திரை அமைந்துள்ளது. இது புலிக்கடிமால் முத்திரையாகும். இம்முத்திரை எப்படிச் சான்றாகும்? இங்குதான் சங்கப்புலவர் கபிலர் உதவுகிறார். புறநானூற்றில்

நிறைய வரலாற்று செய்திகளைப் பதிவு செய்தவர் கபிலர். கபிலர் பாரியின் இனிய நண்பர்.

பாரி இறந்த பிறகு அவரது இரு மகள்களான அங்கவையையும், சங்கவையையும் இருங்கோவேள் என்ற வேளிரிடம் அழைத்துச் சென்று அவர்களை ஏற்றுக்கொள்ளுமாறு கேட்ட புறநானூற்றின் இருநூற்று ஒன்றாம் பாடலே இதற்குத் தக்க சான்றாகும்.

நீயே வடவால் முனிவன் தடவினுள் தோன்றிச்

செம்பு புனைந்து இயற்றிய சென் நெடும் புரிசை

உவரா ஈகைத் துவரை ஆண்டு

நாற்பத்து ஒன்பது வழிமுறை வந்த

வேளிருள் வேளே..................

....

ஒளியல் கண்ணி புலிகடி மாஅல்

என்ற பாடலில் உயர்ந்த நெடு மதில்களைக் கொண்ட துவாரகையை ஆண்ட மன்னனின் வழித்தோன்றலே வடதிசை முனிவர் ஒருவரின் வேள்விக் குண்டத்தில் தோன்றி நாற்பத்தொன்பதாவது வழித்தோன்றலாய் வந்தவனே! புலிகடிமால் மன்னனே! என்று இருங்கோவேளை அழைக்கிறார் கபிலர்.

இங்கு, புலி கடிமால் வேளிர் மரபைச் சேர்ந்தவர். அவரது முன்னோர்கள் துவாரகையை ஆண்டவர்கள். தவம் செய்த வடதிசை முனிவர் ஒருவரைப் புலிகள் தாக்கவர துவாரகையை ஆண்ட மன்னன் ஒருவன் அம்முனிவரை காப்பாற்றினார் என்பதே வரலாற்றுச் செய்தியாகும். இதன் காரணமாக இவன், "புலி கடிமால்" எனப் போற்றப்பட்டான்.

புலி கடிமால் 39வது தலைமுறை என்றால் அவனது முன்னோர்கள் சங்கக் காலத்திற்கு முன்பே பல்லாயிரம் ஆண்டுகள் மூத்தவர்கள் என்பதும் உண்மைதானே! மேலும் அவர்கள் வடதிசையிலுள்ள துவாரகாபுரியை ஆண்டவர்கள் என்பதும் உண்மைதானே. அவர்களுள் ஒருவர் வடதிசை முனிவர்

ஒருவரைப் புலிகளிடமிருந்து காப்பற்றியுள்ளார் என்பதும் உண்மைதானே! இதன் மூலமாக இருங்கோ வேளிரின் முன்னோர்கள் இந்தியக்கண்டம் முழுவதையும் ஆண்டார்கள் என்பதையும் நாம் அறியமுடிகிறது. அப்படியெனில் இருங்கோ வேளிரின் முன்னோர்கள் ஏன் சிந்துவெளி நாகரிகத்தோடு தொடர்புடையவர்களாய் இருந்திருக்க மாட்டார்கள்.

சிந்து வெளியில் கிடைக்கப்பெற்றுள்ள மற்றொரு முத்திரையில் மூன்று முகங்களுடனும், எருமைக் கொம்பின் தலையுடனும் கூடிய முத்திரை ஒன்றும் கிடைக்கப்பெற்றுள்ளது. சிலப்பதிகாரக் காப்பியத்தில் எருமைநாடு குறிப்பிடப்படுகிறது. செந்தமிழ் நாட்டின் ஒரு பகுதியாக எருமைநாடும் இருந்திருக்கிறது. சங்ககாலத்துக்கு முன்பிருந்தே எருமை நாடு இருந்ததாகவும் சங்க இலக்கியங்கள் குறிப்பிடுகின்றன.

எருமையூரன் முத்திரை

சங்ககாலப் பாண்டியர்களின் முன்னோர்கள் 'எருமையூரன்' என்றும் அழைக்கப்பட்டுள்ளனர். எருமை என்பதற்குக் கருப்பு என்பது பொருளாகும். கருப்பு நிறம் உடையவர்களைத் தமிழர், திராவிடர் என்கிறது வேதங்கள்.எருமை என்ற அரசர் குடநாட்டை ஆட்சி செய்தார் என்றும் அகநானூறு குறிப்பிடுகிறது. அப்படியெனில் எருமையூருக்கும், எருமைச் சின்னத்திற்கும்

தொடர்பு இருக்கவேண்டுமல்லவா? வடக்கிற்கும் தெற்கிற்கும் அப்படி என்ன தொடர்பு இருந்திருக்க முடியும்?

புறநானூற்றின் ஆறாம் பாடல் பல்யாகசாலை முதுகுடுமிப் பெருவழுதிப் பாண்டியனை வாழ்த்திப் பாடுகிறது. அப்பாடல் இதுதான்,

வடாஅது பனிபடு நெடுவரைவடக்கும்

தெனாஅது உருகெழு குமரியின் தெற்கும்

என்ற இப்பாடல் வரிகள் மூலம், பனி தோய்ந்த உயர்ந்த இமயமலையை வடக்காகவும் தெற்கே குமரிக்கடலையும் எல்லையாகக் கொண்ட பெருநிலப் பகுதியான இந்தியத் துணைக்கண்டம் முழுவதையும் முதுகுடுமிப் பெருவழுதியே ஆட்சி செய்தான் என்ற வரலாறு நமக்குக் கிடைக்கிறது. தொடர்ந்து தென்புலம் மட்டுமல்ல, வடபுலமும் தமிழர்களின் ஆட்சிக்கும் அதிகாரத்திற்கும் உட்பட்டிருந்தது என்பதும் அப்பகுதிகள் தமிழர்களோடு நெருங்கிய தொடர்புடைய பகுதிகளாக விளங்கியது என்பதையும் நம்மால் அறியமுடிகிறது!

எனவே புலி கடி மாலும், எருமையூரானும் சிந்துவெளி நாகரிகத்தோடு தொடர்புடையவர்கள். மேலும் சிந்துவெளியில் கிடைக்கப்பெற்ற மிக முக்கியமான முத்திரை திமில் கொண்ட காளை மாட்டின் முத்திரையாகும். காளை மாடு தமிழர்களின் ஆதிக் கடவுள் சிவனின் வாகனம் என்பதையும் நாம் அறிவோம். இன்றைய காங்கேயம், ராமநாதபுரக் காளைகளைப் பார்க்கிறபோது சிந்துவெளி முத்திரையில் உள்ள ஒற்றுமை விளங்குகிறது.

புதிய கற்காலத்தில் விந்திய மலையை அடுத்த இடங்களல்லாத இந்தியா முழுமையிலும் திராவிட மொழியே வழங்கிற்று. சமக்கிருத பிராகிருதச் சொற்களைப் பெற்றமையால் பழைய மொழியே வட இந்தியாவில் பல பெயர்களைப் பெற்று வழங்குகின்றது. வட இந்திய மக்கள் திராவிடத்துக்கு இனமான மொழிகளையே வழங்கி வந்தார்கள் என நான் துணிகின்றேன். மொழிகளைச் சொல்லாமல் மாத்திர மன்று; அமைப்பினால் அறியவேண்டும் என்றும், இன்று சமக்கிருத இனத்தைச்

சேர்ந்தனவென்று கருதப்படும் வட இந்திய மொழிகள், இலக்கண அமைப்பில் திராவிடமொழிகளை ஒத்துள்ளன.

வட இந்திய தென்னிந்திய மொழிகளிலுள்ள வசனங்களைச் சொல்லுக்குச் சொல் அமைத்து ஒன்றிலிருந்து இன்னொன்றுக்கு இலகுவில் மொழிபெயர்க்கலாம். இதனால் தமிழுக்கு இனமான மொழியைப் பேசிய மக்களே இந்தியா முழுமையிலும் வாழ்ந்த மக்களாவர் என விளங்குகின்றது என்றும் பி.தி. சீனிவாச ஐயங்கார் கூறுகிறார்.இக்கூற்றுகளுக்கு இணங்க இந்தியாவின் தென்புலம் மட்டுமல்ல வடபகுதியிலும் தமிழர்கள் வாழ்ந்தனர், தமிழ் மொழி பேசப்பட்டது என்பதும் புலனாகிறது.

சிந்து வெளியில் கிடைக்கப்பெற்ற எழுத்துகள் பலவும் தமிழ் பிராமி எழுத்துகளோடு மிக நெருக்கமாக விளங்குவதையும் காணமுடிகிறது. சிந்துவெளி நாகரிகம் அழிந்தபோதே அதன் எழுத்து வடிவங்களும் சேர்ந்தே அழிந்து போயின. ஆனாலும் ஹரப்பாவில் கிடைக்கப்பெற்ற எழுத்து வடிவங்களைப் படித்தறிய உதவுவது திராவிட மொழி குடும்பமே என்கிறார் சிந்துவெளி நாகரிகங்களை ஆய்வு செய்து அவற்றைத் திராவிட நாகரிகம் என்று நிறுவியுள்ள பின்லாந்து நாட்டைச் சார்ந்த அஸ்கோ பர்போல அவர்கள்.

அத்துடன் இங்குக் கிடைக்கப்பெற்ற வழிபாட்டு சின்னங்கள் அனைத்தும் சிவ வழிபாடு, முருக வழிபாட்டின் தொடக்கச் சின்னங்களாக விளங்குவதையும் அறியலாம். "இங்குக் கிடைக்கப் பெற்ற ஒரு முத்திரையில் அட்டணைக் காலிட்டு இருக்கும் மூன்று முகமுடைய ஒரு மனித வடிவமானது; சிவ வழிபாட்டின் தொடக்கமாகத் திகழ்ந்த பசுபதியின் தோற்றமே" என்கிறார் சர். ஜான் மார்சல்.

இன்றைக்குத் தமிழகத்தின் பல இடங்களில் நடத்தப்பட்ட தொல்லியல் ஆய்வில் குறிகளோடு கிடைத்துள்ள பானையோடுகள் மிக முக்கியமானதாகும். இவைகள் ஏதோ சில செய்திகளைக் கூறுவதற்காக எழுதப்பட்டவையாகும். ஆனால் இவற்றை இன்னும் படித்தறிய முடியாத நிலையே உள்ளது.

இதேபோன்ற குறிகளோடு சிந்துவெளிப் பகுதியில் கிடைத்துள்ள பானையோடுகள் 753 ஆகும். இந்தக் குறியீடுகளுள் 519 குறியீடுகள் தென்னிந்தியாவில் கிடைக்கப்பெற்ற குறிகளோடு ஒத்துள்ளதாக அறிஞர்கள் குறிப்பிடுகின்றனர். மேலும் இக்குறிகளே மெல்ல மெல்ல எழுத்துருவாக மாற்றம் பெற்றுள்ளது என்கின்றனர். ஒற்றைக் குறிகள் மட்டுமல்லாது ஒன்றுக்கும் மேற்பட்ட குறிகள் ஒரே பானையோட்டில் காணப்படுமாயின் அவை குழுக்குறிகள் எனப்படுகின்றன. விடுதலைக்குப்பின் தமிழகத்தில் உறையூர், கொடுமணல், வல்லம், கரூர், கீழடி மற்றும் தென்னிந்தியாவின் பல இடங்களில் நிகழ்த்தப்பட்ட ஆய்வின் மூலம் கிடைக்கப்பெற்ற குழுக்குறிகளுள் 84 குழுக்குறிகள் சிந்துவெளிக் குறிகளோடு ஒத்துள்ளன. இவற்றுள் 52 குழுக்குறிகள் நம் தமிழ்நாட்டில் இருந்து கிடைக்கப் பெற்றுள்ளன.

உலகில் ஆய்விற்கு எடுத்துக் கொள்ளப்பட்ட குறியீடுகளுள் 2195 குறியீடுகள் திராவிட நாட்டைச் சார்ந்தவையாகும். இவற்றுள் 1613 குறியீடுகள் தமிழ் நாட்டைச் சார்ந்தவையாகும். இவற்றுள் 120 குறியீடுகள் முற்றிலும் சிந்துவெளி எழுத்துகளைப் போன்றே அமைந்துள்ளன. இதுவொன்றே சிந்துவெளி நாகரிகத்தையும் தமிழர்களையும் இணைக்கும் பாலம் என்று கருதலாம் அல்லவா?

சான்றாகச் சிந்துவெளி எழுத்துகளுள் காணப்படும் மீன் உருவம் குறிப்பிடத்தக்கதாகும். இந்த மீன் உருவம் சிந்துவெளியில் 58 குறியீடுகளில் காணப்படுவதாகச் சொல்லப்படுகிறது. இந்த மீன் உருவத்தை அரசன், ஆளுநன், தலைவன் என்னும் பொருளில் 'டால்பிர்' என்கின்றனர். பிர் என்பது தமிழ் சொல் என்றே அறிஞர்கள் கூறுகின்றனர். அதே நேரத்தில் பாண்டிய மன்னர்களின் அரசச் சின்னம் மீன் முத்திரைதான். பாண்டியர்களின் அரச முத்திரையான மீன் முத்திரைச் சின்னங்கள் அதே பொருளில் அரசன், ஆளுநன், தலைவன் என்று சிந்துவெளி முத்திரைகளில் விளங்கியிருப்பதும். வியப்பல்லவா? இது தமிழர் அடையாளம் என்று சொல்வதற்கும் தக்க சான்றல்லவா?

9

உலக எழுத்துருக்களும்...! தமிழ் உயிரெழுத்துகளும்...!

தமிழகத்தின் கடற்கரையோரக் கோண்டுவானா பாறைகளின் காலம் 290 மில்லியன் வருடப் பழமை கொண்டது என்கிறார்கள் புவியியல் அறிஞர்கள். கடல்கொண்ட புகார் நகரை ஆய்வு செய்தபோது எடுக்கப்பட்ட வீடியோ படங்களில் கல், மண்ணாலான கருவிகளும், மனித எலும்புகளும், வீட்டுச்சுவர்கள், பாத்திரங்கள், ஆபரணங்கள், பெரியகுதிரை வடிவப் பொம்மைகள் போன்றவைகள் காணப்பட்டதாகச் சொல்லப்படுகிறது. இப்புகார் நகரத்தின் காலம் கி.மு.7500 ஆண்டுகள் என்று பேரறிஞர் கிரகாம் குக் கூறுகிறார்.

தமிழகத்தின் தொன்மைக்குச் சான்றாக ஏராளமான புதையல்களைத் தன்னுள்ளே கொண்டிருக்கிற ஆதிச்சநல்லூர் அகழ்வாய்வு நமக்கு ஏராளமான சான்றுகளைத் தந்து கொண்டிருக்கிறது. இந்த ஆதிச்சநல்லூரும் பத்தாயிரம் ஆண்டுகள் தொன்மை கொண்டது என்று சொல்லப்படுகிறது. முதன் முதலாக 1876 இல் ஜெர்மன் நாட்டைச் சார்ந்த டாக்டர் ஜாகர் என்பவர் இவ்விடத்தை ஆய்வு செய்து மண்வெட்டி, கொழு போன்றவைகளை எடுத்துச் சென்றதாகவும் அவைகள் இன்றும் ஜெர்மன் நாட்டிலுள்ள பெர்லின் நகர அருங்காட்சியகத்தில்

பார்வைக்கு வைக்கப்பட்டுள்ளதாகவும் சொல்லப்படுகிறது.

தொடர்ந்து 1903 ஆண்டு பிரெஞ்சு நாட்டைச் சார்ந்த லூயி வேப்பிக்யூ என்பவர் மேற்கொண்ட ஆய்வின் மூலமாக மண்வெட்டி, கொழு, நெல், உமி, இற்றுப்போன பஞ்சாடைகள் கிடைத்ததாகவும் அவைகளையும் அவர் பாரிசுக்கு எடுத்துச் சென்றுவிட்டதாகவும் சொல்லப்படுகிறது.

சுமார் 2500 ஆண்டுகளுக்கு முன்னர்க் கட்டப்பட்டதாக நம்பப்படுகிற எகிப்திய பிரமிடுகளில் தமிழ் பிராமி கல்வெட்டொன்று கிடைத்துள்ளது. சாத்தன், கண்ணன் என்று இருவரது பெயர்கள் பொறிக்கப்பட்டுள்ள இக்கல்வெட்டின் மூலம் தமிழர்களின் தொழில் நுட்பம் ஏதோ ஒரு வகையில் அவர்களுக்கு உதவியிருக்கலாம். தமிழர்களே இரும்பின் பயனை உணர்ந்து அதை உருவாக்குவதற்கான தொழில் நுட்பத்தைக் கண்டறிந்தவர்கள். ஆகையால் செங்கற்கற்களை உருவாக்குவதற்கான உளிகளை இவர்கள் வடித்துக் கொடுத்திருக்கலாம் என்று ஐராவதம் மகாதேவன் அவர்கள் குறிப்பிட்டுள்ளார்.

Tamil Brahmi script in Egypt

Exciting archaeological discovery with implications of import

Special Correspondent

CHENNAI: A broken storage jar with inscriptions in Tamil Brahmi script has been excavated at Quseir-al-Qadim, an ancient port with a Roman settlement on the Red Sea coast of Egypt. This Tamil Brahmi script has been dated to first century B.C. One expert described this as an "exciting discovery."

The same inscription is incised twice on the opposite sides of the jar. The inscription reads *paanai oRi*, that is, pot (suspended) in a rope net.

An archaeological team belonging to the University of Southampton in the U.K., comprising Prof. D. Peacock and Dr. L. Blue, who recently re-opened excavations at Quseir-al-Qadim in Egypt, discovered a fragmentary pottery vessel with inscriptions.

Dr. Roberta Tomber, a pottery specialist at the British Museum, London, identified the fragmentary vessel as a storage jar made in India.

Iravatham Mahadevan, a specialist in Tamil epigraphy, has confirmed that the inscription on the jar is in Tamil written in the Tamil Brahmi script of about first century B.C.

In deciphering the inscription, he has had the benefit of expert advice from Prof. Y. Subbarayalu of the French Institute of Pondicherry, Prof. K. Rajan of Central University, Pondicherry and Prof. V. Selvakumar, Tamil University, Thanjavur.

According to Mr. Mahadevan, the inscription is quite legible and reads *paanai oRi*, that is, 'pot (suspended in) a rope net.' The Tamil word *oRi*, which means rope network to suspend pots has the cognate *oRi* in Parji, a central Dravidian language, Mr. Mahadevan said. Still nearer, Kannada has *oTTi*, probably from an earlier *oRRi* with the same meaning.

The word occurring in the pottery inscription found at Quseir-al-Qadim can also be read as *o(R)Ri* as Tamil Brahmi inscriptions generally avoid doubling of consonants.

Earlier excavations at this site about 30 years ago yielded two pottery inscriptions in Tamil Brahmi belonging to the first century A.D.

Another Tamil Brahmi pottery inscription of the same period was found in 1995 at Berenike, also a Roman settlement, on the Red Sea coast of Egypt, Mr. Mahadevan said.

These discoveries provided material evidence to corroborate the literary accounts by classical Western authors and the Tamil Sangam poets about the flourishing trade between the Tamil country and Rome (via the Red Sea ports) in the early centuries A.D.

SIGNIFICANT POINTER: *Potsherd with Tamil Brahmi inscription, circa first century B.C., found in Egypt.* – PHOTO: DR. ROBERTA TOMBER, BRITISH MUSEUM

இத்தகைய பழமையும், தொன்மமும் கொண்ட தமிழர்கள் கல்வி, கேள்விகளிலும் சிறந்தவர்களாக வாழ்ந்திருக்கிறார்கள். இந்திய மொழிகளிலேயே மிகப்பழமையான இலக்கியங்களையும், கல்வெட்டுச் சான்றுகளையும், தொல்லியல் ஆதாரங்களையும், ஏராளமாகக் கொண்டுள்ள மொழி தமிழ் மட்டுமே. இத்தகைய முன்னுதாரணங்களின் வழி ஏன் நமது வரலாற்றுப் பின்புலத்தை

ஆய்வு செய்திடக் கூடாது. இன்றைக்குப் பழனிக்கருகில், பொருந்தல் என்னும் ஊரில் எடுக்கப்பட்ட அகழ்வாய்வில் கிடைத்த நெல்மணிகளைக் கரிமப் பரிசோதனைக்கு உட்படுத்திப் பார்த்தபோது அதன் காலம் கி.மு. 490 என்று கண்டறியப்பட்டுள்ளது. அங்கே கிடைத்த பானையோடுகளில் தமிழி (பிராமி) எழுத்தில் எழுதப்பட்டிருந்த, 'வயிர' என்ற வார்த்தையின் வழி தமிழின் தொன்மை கவனிக்கத்தக்கது. இதன் பின்னணியில் இன்றைய உலக எழுத்துருக்களின் தோற்றத்தை ஆய்வு செய்ய வேண்டியுள்ளது.

கி.மு.1000த்திற்கு முன் படவுரு எழுத்துக்களைக் கொண்டிருந்த கிரேக்க எழுத்துருக்கள், கி.மு.1000 ஆண்டு வாக்கில் எழுத்துருவாக்கம் பெற்றதாகச் சொல்லப்படுகிறது. அதாவது இன்றைக்கு ஆங்கிலத்தில் *A* என்று சொல்லப்படுகின்ற அகர உயிரானது கி.மு. 1000த்திற்கு முன் காளை அல்லது எருதின் முகம் கொண்ட படவுரு எழுத்தாகக் குறிக்கப்பட்டுள்ளது.

ஆனால் திடீரென்று கோட்டு எழுத்துருவாக மாற்றம் பெற்றதற்கான காரணம் கூறப்படவில்லை. இந்த மாற்றம் நடைபெற்றதாகக் கூறப்படுகின்ற காலம் கி.மு. 900 முதல் கி.மு. 1000 வரையுள்ள 100 ஆண்டுகளாகும். இந்த மாற்றத்திற்குக் காரணம் பொனிசியாவின் பிபிலோசு என்னும் எழுத்து முறையில் இருந்து இவ்வெழுத்துரு கடன் பெற்றதாகச் சொல்லப்படுகிறது.

வாடி எல் ஹோல் – எகிப்து

மத்தியதரைக் கடலின் மேற்குக் கரையிலே பாலத்தீனத்துக்கு மேற்பக்கத்தே குடியேறி வாழ்ந்த தமிழர் பினீசியர் எனப் பட்டார்கள். இவர்கள் குடியேறிய நாட்டில் ஈந்து என்னும் பனைகள் அதிகம். ஆதலினாலே அவர்கள் நாடு பனைநாடு எனப்பட்ட தென்றும், பனைநாடு என்பதே உச்சரிப்பு வேறுபாட்டால் பினீசியா ஆயிற்றென்றும் வரலாற்று ஆசிரியர்கள் சிலர் கருதுகின்றனர். பினீசியர் பரதவர் எனவும் கருதப் பட்டார்கள். இவர்கள் மொகஞ்சதரோ காலத்துக்குப் பின், மேற்கு ஆசியாவிற் சென்று குடியேறியவர்கள் ஆகலாம்.

இவர்கள் வழங்கிய எழுத்துப் பிராமி எழுத்தோடு ஒற்றுமையுடையது. இவ்விரு எழுத்துகளின் நெருங்கிய ஒற்றுமை காரணமாகப் பினீசிய எழுத்துகளினின்றே பிராமி எழுத்துகள் தோன்றின என்று வரலாற்றாசிரியர்கள் ஒரு காலத்திற் கருதினர். பிராமி எழுத்து, மொகஞ்சதரோ எழுத்தின் திரிபு. இந்திய நாட்டினின்றும் வாணிகத்தின் பொருட்டு சென்று மேற்கு ஆசியாவிற் தங்கிய பினீசியர், பிராமி எழுத்துகளையே வழங்கினர். பினீசியரிடமிருந்து மற்றைய ஐரோப்பிய சாதியினரும் எழுத்தெழுதும் முறையை அறிந்தார்கள்.

மேலும் பினீசிய மக்களின் பழக்கவழக்கங்களும், கடவுள் வழிபாட்டு முறைகளும் தமிழ் மக்களிடையே காணப்பட்டன போலல்லாமல் வேறு வகையாக இருத்தல் முடியாது. இவர்கள் பெரிய ஆலயங்கள் அமைத்து அவைகளில் சிவலிங்கங்களை வைத்து வழிபட்டனர். இடபமும் இவர்களின் வழிபாட்டுக்கு உரியதாயிருந்தது. இவர்களின் தலைநகராகிய தையர்ப்பட்டினத்தில் அமைக்கப்பட்டிருந்த பகலவன் கோயிலில் மரகதத்தினாலும், பொன்னினாலும் செய்யப்பட்ட இரண்டு சிவலிங்கங்கள் நிறுத்தி வழிபடப்பட்டன என்று ஹெரதொதசு ஆசிரியர் கூறியுள்ளார். ஆற்றோரங்களில் தங்கிய மக்களைப் போல இவர்கள் தமது உணவின் பொருட்டு வேளாண்மையில் இறங்கியிருந்தாரல்லர்; உலகின் பல பாகங்களுக்கு மரக்கலங்களிற் சென்று வாணிகம் புரிந்தனர் என்றும் அறிஞர்கள் குறிப்பிடுகின்றனர்.

சுமேரியாவிற் குடியேறிய மக்கள் மொகஞ்சதரோவிலுள்ளது போன்ற வீடுகளைக் கட்டினார்கள். விவிலிய மறையின்

ஆதி ஆகமம் இந்நிகழ்ச்சியைக் குறிப்பிட்டுள்ளது. சுமேரிய வகுப்பைச் சேர்ந்த மக்களே சிரியாவிலும் குடியேறினார்கள். கிதைதி ஆட்சிக்குத் தளம் இட்டவர்கள் இம் மக்களேயாவர். அங்கு நின்றும் பெயர்ந்த சில மக்கள் மத்தியதரைக் கடல் ஓரங்களில் குடியேறினார்கள்.

அவர்கள் பினிசியர் எனப்பட்டனர். இது பனையர் (Panis – Palm trees) என்னும் பெயரின் திரிபு. முற்காலத்தில் பெரிய வாணிகத் துணிவு உடையவர்களாயிருந்தவர்கள் இவர்களே. இவ் வினத்தினர் சிலர் கிரேக்க நாட்டிலும், இத்தாலியிலும் குடியேறி முறையே மீனவர், எதிருஸ்கர் என்னும் பெயர்களைப் பெற்றனர். திராவிடர்களிற் சிலர் யேமென்(Yemen) என்னும் இடத்திற் குடியேறியிருந்தார்கள் என்று பொனிசியர்களைப் பற்றி அறிஞர்கள் கூறும் கூற்றின்படி பொனிசியர்கள் சுமேரியாவில் இருந்து குடியேறிய தமிழர்களின் வழித்தோன்றல்களாகவே கருத முடிகிறது.

கி.மு.1200 முதல் கி.மு. 539 வரை இயங்கிய இந்தப் பொனிசியநாடு இன்றைக்கு லெபனான், சைப்ரஸ், இஸ்ரேல், சிரியா, துனிசியா, மால்டா ஆகிய நாடுகளோடு இணைக்கப்பட்டுவிட்டது. இந்நிலையில் இந்த இடைப்பட்ட 100 ஆண்டு காலத்தில் இங்கே நடந்திருக்கிற வரலாற்று நிகழ்வை நாம் அறியவேண்டியுள்ளது. விவிலியத்தில் இசுரவேலரின் மிகச் சிறந்த மன்னராகப் போற்றப்படுகிற சாலமன் மன்னரின் ஆட்சிக் காலம் கி.மு. 967 ஆகும். இவரது ஆட்சிக் காலத்தில் இந்நாடு வணிகத்திலும், வளத்திலும் சிறந்து விளங்கியது.

இவர்கள் தமிழகத்தோடு நெருங்கிய வாணிகத் தொடர்பும் கொண்டிருந்தனர். விவிலியத்தில் I இராஜாக்கள், அதிகாரங்கள் 8,9,10 ஆகியவற்றில் கிடைக்கப்பெறுகிற சில வரலாற்று செய்திகள் இங்கே குறிப்பிடத்தக்கது. `ஹிராம்` என்பவரின் துணையோடு ஒவ்வொரு மூன்று ஆண்டுகளுக்கு ஒருமுறை முந்நூறு கப்பல்கள் புடைசூழ, தர்ஷூஸ் என்ற கப்பலின் மூலம் 420 தாலந்துகள் அளவிற்கு (1 தாலந்து என்பது பாபிலோனிய அளவு முறையில் 30.3 Kilograms) அஃதாவது (420மு30.3) 12,726 கிலோ கிராம் அளவிற்குத் தங்கமும், அத்துடன் மயில்,

யானைத் தந்தம், குரங்குகள், முத்துக்கள் ஆகிய யாவும், ஓபிர் என்ற இடத்தில் இருந்து இறக்குமதி செய்யப்பட்டது என்கிற செய்தி விவிலியத்தின் மூலம் கிடைக்கிறது.

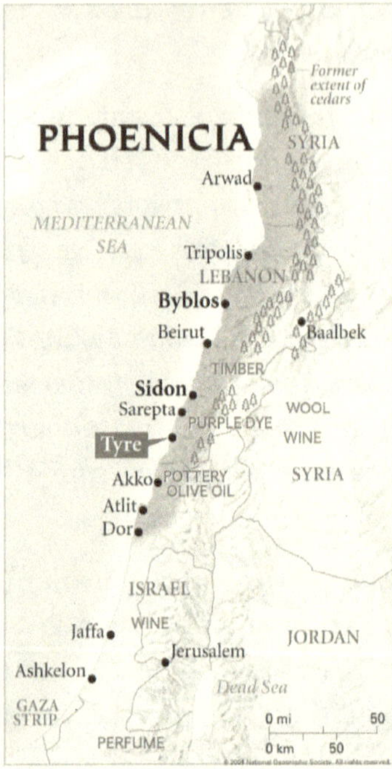

பொனிசிய நாட்டின் வரைபடம்

ஓபிர் என்று சொல்லப்படுகின்ற இடம் இந்தியாவோடு தொடர்புடையது என்று கி.பி. 38 முதல் கி.பி 100 வரை வாழ்ந்த பிளேவியஸ் ஜோசப்ஸ் என்ற யூத நாட்டு வரலாற்றாய்வாளரும், *Easton's Bible Dictionary (1897)* எனும் நூலும், இன்றைய வரலாற்று ஆய்வாளர்களும் தெரிவிக்கின்றனர். இறக்குமதி செய்யப்பட்ட பொருட்களில் மயிலும், யானைத் தந்தமும் தெற்காசிய, இந்தியக், குறிப்பாகத் தமிழகப் பகுதிகளுக்கு மட்டுமே உரித்தானது என்பதையும் நாம் நினைவில் கொள்வோம்.

இப்பின்னணியோடு இவ்வெழுத்துரு மாற்றத்தை நாம் ஆய்வு செய்ய வேண்டியுள்ளது. அஃதாவது மிகப்பெரிய அளவில் நடைபெற்றதாகக் கூறப்படும் இந்த வணிகத்தின் வழி வெறும் பண்டமாற்றம் மட்டும் நிகழ்ந்திருக்க முடியாது. நிச்சயம்

அறிவுப் பெயர்ச்சியும், பண்பாட்டு பெயர்வும் நிகழ்ந்திருக்க வேண்டும்.

தமிழ் பிராமி எழுத்துருவில் 'அ' கரமானது என்று எழுதப்பட்ட வடிவத்தை ஒப்பு நோக்குகிறபோது பல வரலாற்றுண்மைகள் வெளிப்படும். காளையின் தலை போன்ற படவுருவை ஆயிரம் ஆண்டுளுக்கும் மேலாக எழுதிக் கொண்டிருந்த ஃபொனிசியர்கள் எங்ஙனம் இவ்வாறு எழுதியிருக்க முடியும்? எனில் அவர்களுக்கு ஏதோவொன்று தூண்டுதலாய் இருந்திருக்க வேண்டும் அல்லவா? காரணம் தமிழ் பிராமியில் அகரம் இவ்வாறு எழுதப்பட்டிருக்கிறது. இதை வைத்தே பொனிசியாவில் அகரம் இவ்வாறு எழுதப்பட்டிருக்கிறது. 𑀅

தமிழி இடமிருந்து வலமாக எழுதும் முறை என்பதால் முதலில் இருகுறுக்குக் கோடுகளை எழுதி அதன் முதுகில் ஒரு செங்குத்துக் கோட்டை எழுதியுள்ளனர். இதனால் இரண்டும் எதிரெதிர் திசையை நோக்கியிருக்கிறது என்பது மட்டும் உண்மை. மற்றபடி படவுருவிலிருந்து இந்த அகர எழுத்துருவாக மாற தமிழிதான் காரணமாயிருந்திருக்கும் என்பதைச் சாதாரணமாக எல்லோரும் ஒப்புக்கொள்வர். சென்னையில் வசிக்கும் பொறிஞர் நாக இளங்கோ அவர்களின் பொனிசிய எழுத்துருக்குத் தமிழ் தந்த பங்களிப்பு குறித்தான ஆய்வு இங்கே குறிப்பிடத்தக்கது.

வாடி எல் ஹோல் – அகர பட எழுத்துரு

கீழே கொடுக்கப்பட்டுள்ள பொனிசிய எழுத்துரு அட்டவனையின் மூலம் ஒரு உண்மையைக் கண்டறியலாம்.

இன்றைக்கு ஆங்கிலத்தில் சொல்லப்படும் *A,E,I,O,U* என்ற ஐந்து உயிரும் கீழே உள்ள அட்டவணையில் இல்லை. காரணம் இம்மொழி மெய் எழுத்துக்களை மட்டும் கொண்டு இயங்கிய மொழியாகும். அப்படியானால் இந்த ஐந்து உயிரில் *I* (ஐ) நீங்கலாக ஏனைய நான்கும் *A* (அ), *E* (இ), *O* (ஓ), *U* (உ) ஆகியவைகள் ஏன் தமிழர் கொடுத்த கொடையாக இருந்திருக்கக் கூடாது? கடந்த 2013 மே திங்களில் ஈரோடு அருகே கொடுமணல் என்ற இடத்தில் கிடைத்திருக்கிற தொல்லியல் சான்று தமிழின், தமிழர்களின் தொன்மைக்கு மட்டுமல்ல அவர்களின் அறிவுசார் தொழில்நுட்பத்திற்கும், விஞ்ஞான வளர்ச்சியில் அவர்கள் பெற்றிருந்த உயர்ந்த பேரறிவிற்கும் சான்றாகத் திகழ்கிறது.

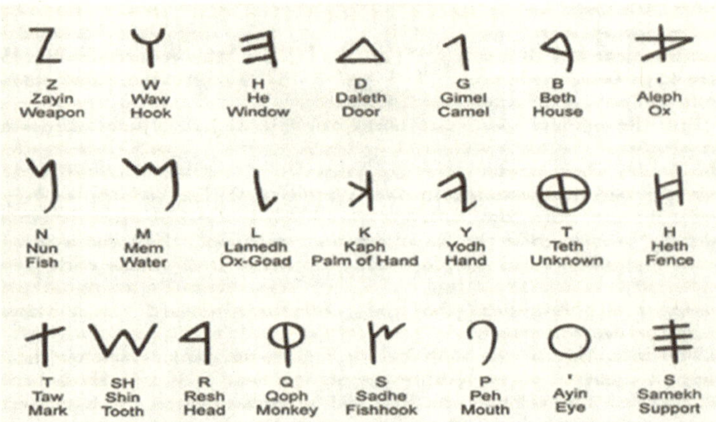

The Phoenician Alphabet ~1400-1250 BC

பொனிஷிய எழுத்துரு அட்டவணை

இவ்வாய்வை மேற்கொண்ட புதுவைப் பல்கலைக்கழகப் பேராசிரியர் திரு.இராசன் அவர்கள் கூறுவதாவது, இங்கே மிகப்பெரிய அளவிற்குத் தொழில் மற்றும் வணிக நகரம் (தொழிற்பேட்டை) அமைந்திருந்ததாகவும், இரும்பு, தகரம், செப்பு ஆகியவைகளைப் பிரித்தெடுக்கும் தொழிற்சாலைகளும், மிகப்பெரிய அளவிற்கு நெசவு தொழிற்சாலைகளும் அமைந்திருந்தன என்றும், இங்கு மிகச் சிறந்த தொழில்நுட்பம் வாய்ந்த கலைஞர்கள் பலரும் இந்தியாவின் பல பகுதிகளில் இருந்து வந்து பணியாற்றியிருக்கலாம் என்றும் கூறுகிறார்.

கொடு மணல் அகழ்வாராய்ச்சி

அத்துடன் இங்கே கிடைத்துள்ள பொருட்களைக் கரிம accelerator mass spectrometry (AMS) பரிசோதனைக்கு உட்படுத்திப் பார்த்தபோது இதன் காலம் கி.மு 408 என்றும், இன்னும் 180 செ.மீ. ஆழத்திற்குக் கீழே ஆய்வு செய்து பார்த்தால் அதன் காலம் கி.மு.408க்கும் முந்தைய பழமை கொண்டதாக இருக்கும் என்ற வியப்புக்குரிய செய்தியினைத் தருகிறார்.

விடுதலைக்குப் பின்னால் தமிழ்நாடெங்கும் கிடைத்துள்ள தொல்லியல் சான்றுகள் அனைத்தும் முறையாகத் தொகுக்கப்பட்டு ஆய்வு செய்யப்படாத நிலையில், வரலாற்றைப் பாதுகாத்து அடுத்த தலைமுறைக்குக் கொண்டு செல்ல எவ்வித முன்னேற்பாடும் இல்லாத நிலையில் நமது வரலாற்றையும், மரபுகளையும் படித்து அறிந்திடாத நம்மில் பலருக்கு கல் தோன்றியதற்கு முன் தமிழ் தோன்றியதா? அல்லது தமிழ் தோன்றுவதற்கு முன் கல் தோன்றியதா? என்பதே பெரும் பிரச்சனையாக உள்ளது.

இந்நிலையில் வாய்க்கும் வயிற்றுக்கும் இடைப்பட்டதான தமிழர் தம் வாழ்க்கை முறையில் இத்தகைய மரபுசார் மாண்புரிமைகளைத் தேடிப்பிடிப்பது தேவையற்ற ஒன்றாகப் போய்விட்டது. ஆனால் உலகில் பல நாடுகளும் , அரசுகளும் இனங்களும் உலகின் முதல் நாகரிகம் தங்களுடையதே என்றும்,

முதல் மாந்தன் தாங்களே என்றும் நிறுவப் பல வரலாற்று திரிபுகளைச் செய்து வருகின்றனர். எனவே கொடுமணல் கொற்கை, புகார், அரிக்கமேடு, கீழடி போன்ற தொல்லியல் ஆய்வுகளை முறையாக மேற்கொண்டு உண்மைகளை உலகிற்கு வெளிப்படுத்தும் பணிகளைச் செய்யத் தமிழக அரசும், நாமும் முன்வருவோமாக!

10

அசுரர்களும்...

அறிவியல் கோட்பாடுகளும்...!

பண்டைத் தமிழகத்தின் தத்துவம் சார்ந்த அறிவியலை, அறிவியல் தந்த தத்துவத்தை அதனதன் அறிவியல் பார்வையோடு பார்த்தறியும் போதுதான் பண்டைத் தமிழர்களின் உயர்சிந்தனையை, உயர் அறிவியல் வாழ்க்கையை, மேன்மைமிகு உலக ஞானத்தைக் கண்டறியவும் அதை, உலகிற்கு வெளிப்படுத்தவும் முடியும்.

உலகிலேயே அதிகம் படித்த இளைஞர்களைக் கொண்டிருக்கிற தேசம் இந்தியாதான். அதே நேரத்தில் அறிவியல் சிந்தனை இல்லாத இளைஞர்களைக் கொண்டிருக்கிற தேசமும் இந்தியாதான். ஆனால் அறிவியல் ஆளுகின்ற இந்நாளில், இன்றைய நவீனத்துவ வாழ்வியலில் நம்மில் எத்தனைப்பேர் அறிவியல் சிந்தையோடு வாழ்கிறோம்!

கடந்த செப்டம்பர் மாதம் 25.09.2016 நாளிட்ட தமிழ் இந்து நாளிதழை நான் வாசித்துக் கொண்டிருந்தபோது. எனக்குக் கிடைத்த செய்தியொன்று என்னை வியப்பின் எல்லைக்கே கொண்டு சென்றது.

இந்தியத் துணை கண்டத்தின் இருபெரும் மூத்த மொழிகளான சமஸ்கிருதத்திற்கு ஆரியர் தந்த பெயர் தேவபாஷை. அவர்கள் தமிழுக்குத் தந்த பெயர் நீசபாஷை, அல்லது அசுரபாஷை என்பதுதான். திராவிட மொழிகளின் ஒப்பிலக்கணம் தந்த கால்டுவெல் இது குறித்து இந்நூலில் குறிப்பிட்டுள்ள செய்தியைப் படித்துப் பாருங்கள். ஒரு மொழியே அசுர மொழி, அரக்க மொழி என்றால் அம்மொழியைப் பேசியவர்கள் யாராக இருக்க முடியும்?

இராமாயணப்போர் ஆரியர்களுக்கும், திராவிடர்களுக்கும் இடையே நிகழ்ந்த வரலாறே என்று நேருவும், அம்பேத்காரும், பெரியாரும், பாவேந்தர் பாரதிதாசனும் கூறியுள்ள உண்மைகளை நாம் அறிவோம்! சரி.. இந்து நாளிதழில் அப்படி என்ன செய்தி படித்தீர்கள்? என்றுதானே கேட்கிறீர்கள். அதற்குமுன் இராவணனைப் பற்றி சில செய்திகள்.

இராவணன் போர்க் கலைகள் கற்ற பெருவீரன். அத்துடன் இசைக் கலையில் கற்றுத் தேர்ந்த இசையாசிரியர். கூடவே வானியல் குறித்தான ஆய்வுகள் மேற்கொண்டு அண்டவியல் கோட்பாட்டை உருவாக்கியவன். இராவணன்தான் முதன் முதலில் ஒன்பது கோள்கள் இருப்பதாக உலகிற்கு அறிவித்தவன் என்றும் அதன் காரணமாகவே அவனுக்குப் பத்து தலைகள் அல்லது ஒன்பது தலைகள் கொடுக்கப்பட்டதாகவும் கருத்து நிலவுகிறது.

நேபாள நாட்டில் இராவணனுக்கு ஒன்பது தலைகள் மட்டுமே உள்ளதாம். மேலும் நேபாள நாட்டிலும், வட இந்தியாவிலும் இராவணனைக் கடவுளாகவே எண்ணி வழிபடுகின்றனர்.

மற்றொரு செய்தி இலங்கையில் தம்புலா நகருக்கருகில் சிக்கிரியா என்ற 600 அடி உயரமுள்ள மலைக்குன்று உள்ளது. கி.பி.430 ஆண்டுகளுக்கு முன் இம்மலை குன்றில் காசியப்ப மன்னர் கோட்டை, கொத்தளங்கள் அமைத்துச் செல்வச் செழிப்புடன் ஆட்சி புரிந்துள்ளார். ஆனால், இதற்கு முன்பே மேகதாலிக் காலத்திற்கு முன்பே இங்கே கோட்டைகள் அமைக்கப்பட்டிருந்ததாகவும், இம்மலை குன்றே இராவணனது தலைமையிடமாகவும், இங்குதான் இராவணனது அரண்மனைகள் அமைந்திருந்ததாகவும் செவிவழிச் செய்திகள் குறிப்பிடுகின்றன.

இந்த மலைக் குன்றின் உச்சியில் கோள்களை ஆய்வு செய்வதற்கென்றே உயரமான கட்டுமானங்கள் இருந்ததாகவும் சொல்லப்படுகிறது! இத்தகைய பின்னணி செய்திகளுக்குப் பின்னேதான் நாளிதழின் செய்தி என்னை வியப்பில் ஆழ்த்தியது.

இலங்கையை ஆண்ட இராவணன் தந்த 'சிந்தாமணி' வைத்திய முறை என்ற செய்திதான் அது. இன்றைக்கும் இராவணன் தந்த இந்தச் சிகிச்சை முறை 'இராவணன் சிகிச்சை' என்ற பெயரில் வட இந்தியாவில் நடைமுறையில் உள்ளது. இந்த வைத்திய முறை நூல்கள் இராவணனது பத்து தலை உருவங்களுடன், அல்லது ஒற்றைத் தலை இராவணன் படத்தோடு பல நூல்கள் வெளிவந்திருக்கின்றன. வேண்டுமானால் இணையதளத்தில் பார்த்துக் கொள்ளலாம்.

இராவணன் சிகிச்சை முறை

அன்றைய மூட நம்பிக்கைகளுக்கும், வேள்விகளுக்கும் எதிராக ஓர் அறிவுப் புரட்சியே நிகழ்ந்துள்ளது. அதுவே ஆசிவக சமயமாக உருகொண்டது. கடவுள் படைப்புக் கோட்பாட்டிற்கு எதிராக முதன்முதலில் அறிவியல் கோட்பாட்டை உலகிற்கு வழங்கிய சமயந்தான் ஆசிவக

சமயம். ஊழ் கோட்பாடு, எதிர்பாராக் கோட்பாடு, அணுவியல் கோட்பாடு போன்ற ஆறு கோட்பாடுகளைக் கொண்டு எழுந்த சமயமாக ஆதிசிவகம் உருப் பெற்றது. ஐரோப்பாவில் கடந்த நூற்றாண்டுகளில்தான் அணு பிறப்பு கொள்கையும் அண்டக் கோட்பாடும் உருப்பெற்றது.

ஆனால் மூவாயிரம் ஆண்டுகளுக்கு முன்பே ஆசிவகத்தின் அணுவியக் கோட்பாட்டைப் பக்குகுடுக்கை நண்கணியார் வழங்கி அணுவின் பிளவே அண்டத்தையும், கோள்களையும் உருவாக்கியது என்றும் அதுவே உயிரினத் தோற்றத்திற்குக் காரணமானது என்ற அறிவுக் கோட்பாட்டையும் உருவாக்கியுள்ளார்.

பழந்தமிழர்களின் வரலாற்றையும், அறிவின் திறத்தையும் அறிய வேண்டுமானால் இன்றைய நமது பண்பாட்டின் மூல ஊற்றை அறிய வேண்டுமானால் அறிவர் சமயமான ஆசிவக சமயத்தின் பங்களிப்பை அறிந்து கொள்ளாமல் ஆய்வு செய்திட முடியாது. அன்றைய ஆசிவக சமயக் கோட்பாடுகளையும், தத்துவக்கோட்பாட்டையும், அறிவுக் கோட்பாடுகளையும் அறிந்தவர்கள் இன்றைய இந்துமதக் கோட்பாடுகளின் தத்துவப் பின்புலம் எதுவாக இருக்கும் என்பதை எளிதில் அறிந்து கொள்வார்கள்.

யாதும் ஊரே யாவரும் கேளிர்,

தீதும் நன்றும் பிறர்தர வாரா...

நோதலும் தணிதலும் அவற்றோர் அன்ன

என்ற புறநானூற்றுப்பாட்டை உலகிற்கு அளித்த பெருமைக்குரியவர் கணியன் பூங்குன்றனார். இவரை உலகின் மூத்த பொதுவுடைமை தத்துவ மேதையாகவும், அறிவராகவும் ஏன் கருதக்கூடாது?. பூங்குன்றன், என்பது இயற்பெயர், கணியன் என்பது காரணப் பெயர். நாம் சோதிடர்களைப் பார்த்துக் காலத்தைக் கணித்துச் சொல்லுங்கள் என்கிறோம். இவ்வழக்கம் இன்று நேற்றல்ல, ஈராயிரத்து ஐநூறு ஆண்டுகளுக்கு முன்பே வழக்கத்தில் இருந்திருக்கிறது.

அகப்பொருள் சார்ந்த குறுந் தொகை பாடல் ஒன்றில் பிரிவுத்துயர் ஆற்றா தலைவியொருத்தி கணியர் ஒருவரிடம் வேண்டுதல் வைக்கிறார். அஃதாவது பொருள் தேடிச் சென்ற என் தலைவன் கார்காலம் வந்த பிறகும் திரும்பவில்லை. அவர் எப்போது வருவார் என்று கணித்துச் சொல்லுங்கள். அப்படி நீங்கள் கணித்துச் சொன்னால் தங்களுக்கு நெய்யுடைச் சோறும், செப்பு கலயத்தில் குளிர் போக்க வெந்நீரும் தருவேன் என்று கேட்கிற பாடல் . இப்பாடல் நமக்கொரு செய்தியை விட்டுச் செல்கிறது.

கணியர்களை 'அறிவர்' என்று அழைத்துப் போகும் இத்தலைவியின் கூற்று கோள்களின் இயக்கம் கொண்டு ஒருவரின் வாழ்வைக் கணிக்கும் அறிவியல் நுட்பத்தை அன்றே தமிழர்கள் அறிந்து வைத்திருந்தனர் என்பதும் அவர்கள் கணியர்கள் என்று அழைக்கப்பட்டதையும் நம்மால் அறிய முடிகிறது.

கோள்கள் குறித்தும் இதன் இயக்கம் குறித்தும் தமிழர்கள் பல்லாயிரம் ஆண்டுகளுக்கு முன்பே அறிந்து வைத்திருந்தனர் என்பதும் இதைக் கடந்த நூற்றாண்டில் ஐரோப்பியர்கள்தான் கண்டறிந்தனர் என்று நம் பிள்ளைகளுக்கும் வகுப்பில் கற்றுத்தரும் அபத்தமான பொய்யைச் சுட்டிகாட்டிவுமே இதை இங்குச் சொல்லிப் போகிறேன்.

கூடவே மாயன்களின் நாட்காட்டி குறித்தான பிரமிப்பு இன்றும் உலகெங்கும் நீங்கியபாடில்லை. ஆனால் அதன் வேரும், மூலமும் எங்கிருந்து சென்றிருக்கிறது என்பதைச் சுட்டவுமே, இச்செய்தியைச் சொல்ல நேர்ந்தது.

உலகத்தில் எங்கும் இல்லாத நவக்கிரக வழிபாடுகள், ஏன் இந்தியாவின் பிற பகுதிகளிலும் கூட அரிதாகக் காணப்படுகிற நவக்கிரக வழிபாடுகள் தமிழகத்தில் மட்டும் நமது வாழ்வியலில் பிரிக்க முடியாத ஓர் அங்கமாகக் கோயிலுக்குக் கோயில் நவக்கிரகக் கோயில்களும், நவக்கிரக வழிபாடுகளுமாய்க் காணப்படுவதும் இந்த அறிவின் நீட்சியே.

தமிழர்களின் அறிவுசார் சிந்தையும், அறிவர் சமயமான ஆசிவக சமயத்தாரின் அறிவியல் பங்களிப்பும், மெய்ஞானக் கோட்பாடுகளுமே இதற்குக் காரணங்களாகும்.

செடிகளுக்கு உயிர் உண்டா? இல்லையா? என்கிற கேள்விக்குக் கடந்த நூற்றாண்டில் ஜெகதீஷ் சந்திரபோஷ்தான் விடை கண்டறிந்தார் என்று நம் பள்ளிகளில் நம் பிள்ளைகளுக்கு நமது அறிவியல் பாடத்தில் கற்பித்து வருகிறோம் என்னே அறிவீனம்!

மூவாயிரம் ஆண்டுகளுக்கு முந்தைய உலகின், தமிழின் மிக மூத்த நூலான தொல்காப்பியம்

புல்லும் மரமும் ஓரறிவுயிரே...!

நந்தும் முரளும் ஈரறிவுயிரே...!!

என்று உயிர்களை வகைப்படுத்தியும் ஆறாம் அறிவான பகுத்தறிவு கொண்டவனே மனிதன் என்றும் தாவரங்கள் தொடு உணர்ச்சி மட்டும் கொண்ட ஓரறிவுயிரே என்றும் மிக மிக நுட்பமாய்ப் பகுப்பாய்வு செய்திருக்கிறார்கள் என்றால் பழந்தமிழர்களின் வாழ்வியலை எண்ணி எப்படி நாம் வியக்காமல் இருக்க முடியும்...?

கி.பி. 1498 இல் தான் வாஸ்கோடாமகாமா இந்தியாவிற்குக் கடல்வழிக் கண்டுபிடித்தார் என்று நம் பள்ளிகளில் வரலாறு சொல்லித் தரப்படுகிறது. கடல் வழி அறியாமலா ராசேந்திர சோழன் பர்மா, மியான்மா, தாய்லாந்து, இந்தோனேசியா, சுமத்ரா, போன்ற நாடுகளை எல்லாம் கடந்து போர் நடத்தி வெற்றி கொண்டார். அதற்கும் பல்லாயிரம் வருடங்களுக்கு முன்பே மரக்கலம் நடத்தி நாடுகள் பல கண்டு, கண்டங்கள் தோறும் கால் பதித்து, நகர் அமைத்து, நாகரீகம் அமைத்து மாண்புடன் வாழ்ந்தனர்.

நம்பிக்கையின்படி அல்லாது விஞ்ஞானத்தின் அடிப்படையில் வாழும் இன்றைய நாளில் உலகத் தோற்றம் குறித்து முதன்முதலில் ஆய்வுசெய்து கண்டறிந்தவர் சார்லஸ் டார்வின் என்றும், அவர் கி.பி.1859இல் எழுதிய On the Origin of species என்னும் நூலே உலக உயிர்களின் தோற்றம் குறித்து எழுதப்பட்ட முதல் புத்தகம் என்றும் கூறி வருகிறார்கள்.

அணுவைப் பற்றி தமிழர்கள் முன்பே அறிந்திருந்தனர் என்பது நமக்குப் பொதுவாகத் தெரியும், ஆனால் உலகம் அணுக்களால் உருவானதே என்பதும் அணுக்கள் பிளக்கவும்

செய்யும், கூடவும் செய்யும் என்பதும் அதன்பிளப்பே மலையையும் மரங்களையும், உடம்பையும், உயிரையும் தந்தது என்பதையும் கண்டறிந்து சொன்ன தமிழர்களின் அறிவு நுட்பத்தை நீங்களே வியப்பீர்கள். எல்லையில் பொருள்களில் எங்கும் எப்பொழுதும்

புல்லிக் கிடந்து புலப்படுகின்ற

வரம்பில் அறிவன் இறைநூற் பொருள்களைத்

துரந்தரும் உயிரோடு ஒரு நால்வகையணு

என்கிறது மணிமேகலை. அதாவது எல்லையில்லாமல் கிடக்கிற பொருள்களில் எல்லாம் நிலம், நீர் , நெருப்பு, காற்று, உயிர் அனைத்தும் அணுவின் கூட்டத்திற்கு உருவானதே என்கிறது இப்பாடல்.

மேலும், உயிர்த்தோற்றம் குறித்துக் கூறும்போது.

நிலம்,நீர் தீ காற்றெனநால் வகையின

மலைமர முடம் பெனத் திரள்வதுஞ் செய்யும்

வெவ்வெறாகி விரிவதுஞ் செய்யும்

அவ்வகை யறிவ துயிரெனப் படுமே

என்பது மற்றொரு பாடல். அணுக்களால் உருவான இப்பொருளெல்லாம் கூடவுஞ்செய்யும், விரிவதும் செய்யும், அதுவே மலையாகவும், மரங்களாகவும், உடம்பாகவும், உயிராகவும், திரட்சியும் பெறும் என்பதே தமிழர் கண்டறிந்த அறிவியல் உண்மையாகும்.

இந்நிலையில் இன்றைய தமிழகச் சூழலைக் கருத்தில் கொண்டு, தமிழர்கள் அறிவுச் சிந்தையில் வறியவர்கள். தமிழ் மொழியல் எதுவும் இல்லை. எல்லாம் மேலை நாடுகளில் இருந்துதான் இறக்குமதி செய்யப்படுகிறது, தமிழ் தானே என்கிற அலட்சியம், இன்று நம்மில் வளர்ந்து விட்டது.

உண்மைதான். இத்தேக்கநிலையை உடைத்தெறிய வேண்டும். உலகத் தமிழன் அறிவுத் திறன் மிக்கவன். ஏனைய இனத்தாருக்கு இல்லாத மொழி வளமும், அறிவின் மரபும், உயர் சிந்தனையும் இயல்பாய் வாய்க்கப் பெற்றவன்

என்கிற பெருமிதம்தான் நமது தாழ்வு மனப்பான்மையை உடைத்தெறியும், இளந்தலைமுறைக்குள் எழும் இந்தச் சிந்தனை மாற்றம்தான் மீண்டும் தமிழினத்தை மேன்மை பெறச் செய்யும் என்கிற ஒற்றை நம்பிக்கைதான் இந்நூலை எழுத எனக்குள் காரணமாய் நிற்கிறது.

■

துணைநூற் பட்டியல்

1. கில்காமெஷ் - உலகத்தின் ஆதிகாவியம்,
தமிழில் சு.நா சுப்ரமணியம்
விலை - 90
சந்தியா பதிப்பகம்,
புதிய எண் 77, 53 வது தெரு,
9 வது அவென்யூ
அசோக் நகர், சென்னை -83

2. திருவிவிலியம்,
பொது மொழி பெயர்ப்பு.
TamilNadu Bibliced
Cathchetical Lituragical Cent
TINDIVFANAM, INDIA
Pin – 604 004

3. சங்க இலக்கியக் கோட்பாடுகளும்
சமய வடிவங்களும்
ஆசிரியர் க. நெடுஞ்செழியன்
பதிப்பாசிரியர்
முனைவர் இரா. சக்குபாய்
மனிதம் பதிப்பகம்,
54, இராசாராம் சாலை,
கலைஞர், கருணாநிதி நகர்,
திருச்சி -21

4. History Begins at Sumer,
Samuel Noah Kramer.
University of Pensylvania Press,
Philadelphia.

5. குமரிக்கண்டமா சுமேரியமா?
தமிழரின் தோற்றமும் பரவலும்
பா. பிரபாகரன்
கிழக்கு பதிப்பகம்,
177/103, முதல் தளம்,
அம்பான்ஸ் கட்டிடம்,
லோலாய்ட்ஸ் சாலை,
ராயப்பேட்டை, சென்னை -14.

6. இந்தியப் பண்பாட்டில் தமிழும் தமிழகமும்,
க.நெடுஞ்செழியன்
பதிப்பாசிரியர்: இரா, சக்குபாய்,
மனிதம் பதிப்பகம்,
54, இராசாராம் சாலை,
கலைஞர் கருணாநிதி நகர்,
திருச்சி -21.

7. தமிழ் நாகரிகமும் சிந்துவெளி நாகரிகமும்:
தென் பெருங்கடல் ஆய்வுகள்.
சோவியத் அறிஞர் அலெக்சாண்டர் காந்திராவ் தமிழாக்கம்,
தமிழ்மண் பதிப்பகம், 2 சிங்கார வேலர் தெரு,
தியாகராயநகர், சென்னை 17.

8.. தமிழர் தோற்றமும் பரவலும்,
ஆங்கிலத்தில் வி.ஆர். இராமச்சந்திர தீட்சிதர்,
தமிழில் புலவர் கா.கோவிந்தன்
ராமையா பதிப்பகம், ராயப்பேட்டை சென்னை - 14.

9. சிந்துவெளித் தமிழர்
தமிழர் யார்?
உலக நாகரிகத்தில் தமிழர் பங்கு.
ந.சி. கந்தையா
நாம் தமிழர் பதிப்பகம், திருநல்லிக்கேணி,
சென்னை - 5.

www.ingramcontent.com/pod-product-compliance
Lightning Source LLC
LaVergne TN
LVHW060140051026
849517LV00007B/2520
* 9 7 8 9 3 9 5 7 7 6 6 8 4 *